சங்கத் தமிழ்ச் சொற்கள்

பகுதி – 1

பி. பாலசுப்பிரமணியன்

தேநீர் பதிப்பகம்

சங்கத் தமிழ்ச் சொற்கள் [பகுதி-1]
கட்டுரை
பி. பாலசுப்பிரமணியன் ©
முதல் பதிப்பு: செப்டம்பர் 2024
வெளியீடு:
தேநீர் பதிப்பகம்
24/1, மசூதி பின் தெரு, சந்தைக்கோடியூர்
ஜோலார்பேட்டை - 635851
தொடர்புக்கு: +91 9080909600

ISBN : 978-81-968381-5-7

Sanga thamiz Sorkal (Part-1)
Essay
P. Balasubramanian ©
First Edition: September 2024
Pages: 92 Price: ₹ 120
Contact: +91 9080909600
e-mail: theneerpathippagam@gmail.com

Designed by : Gopu Rasuvel

அன்பு இளவல்
ஆய்வாளர் முனைவர் **வே. கார்த்திக்**
அவர்களுக்கு

என்னுரை

வாசிப்பு, வகுப்பு, எழுத்து, இயக்கம் சார்ந்த நிகழ்வு, பயணம், மொழிவனம் வலையொளித் தளம் என இயங்குவது எனக்குப் பிடித்தமானதே. இருப்பினும் தொடர்ந்து வாசித்துக் கொண்டிருந்தாலும் உட்கார்ந்து எழுதும் பழக்கத்திற்கு ஆட்படாமல் இருந்தேன். எழுத வேண்டும் என்ற விருப்பம் மட்டும் எனக்குள் அவ்வப்போது மேலெழும். இலக்கியத் தோழமைகள் என்னை எழுதச் சொல்லி ஊக்கப்படுத்துவார்கள். பேசுவது காற்றோடு கரைந்து போய்விடும், எழுத்துதான் நிற்கும் என்பதைக் காலங்கடந்து புரிந்து கொண்டேன். எனது அன்பு இளவல் ஆய்வாளர் முனைவர் வே. கார்த்திக் அவர்கள் சொல்வயல் இதழில் சங்க இலக்கியச் சொற்கள் குறித்துக் கட்டுரை அனுப்ப முடியுமா? என்று கேட்டபோது, பெரும் மகிழ்ச்சி அடைந்தேன். அவர் கேட்டுக் கொண்டதன் அடிப்படையில் ஆறு மாதங்கள் சொல்வயல் இதழில் சங்க இலக்கியத்தில் உள்ள சொற்களைத் தேர்ந்தெடுத்துக் கட்டுரை எழுதினேன். அந்தக் கட்டுரைகள் முறையாகத் தொகுக்கப்பட்டுச் சங்கத் தமிழ்ச் சொற்கள் (பகுதி-1) என்ற தலைப்பில் இப்போது நூலாக வெளிவந்திருக்கிறது. இதனைத் தொடர்ந்து அடுத்தடுத்த பகுதிகள் வெளிவரும் என உறுதியளிக்கிறேன். தொகுப்பில் உள்ள கட்டுரைகள் சங்க இலக்கியப் பாடல்களைத் தரவுகளாகக் கொண்டு எழுதப்பட்டவை.

சங்க இலக்கியச் சொற்களின் பொருண்மையை அறிந்து கொள்வதற்குத் தொகுப்பில் உள்ள கட்டுரைகள்

வாசகர்களுக்குப் பயன்படலாம். சொற்களுக்கு உரையாசிரியர்கள் தரும் விளக்கம் என்பதைக் கடந்து உரை வேறுபாடு, சமகாலத்தில் இச்சொற்களுக்கான இடம் என்ன என்பதையும் பல்வேறு சொற்களைத் தெரிந்து கொள்ள வேண்டியத் தேவையையும் இக்குறுநூல் உங்களுக்கு உணர்த்தும் என நம்பிக்கை கொள்கிறேன். நூல் குறித்த உங்களது விமர்சனத்தை ஆரோக்கியமாக எதிர்கொள்ளக் காத்திருக்கிறேன். எனது எழுத்தாக்கப் பணிகள் மேம்படுவதற்கு உங்களது கருத்தைக் கோருகிறேன்.

தொகுப்பிற்குப் பின்னட்டை குறிப்புகள் எழுதிக் கொடுத்த மூத்த எழுத்தாளுமை தோழர் கமலாலயன் அவர்களுக்கு நன்றி. இந்தத் தொகுப்பு தேர்ந்த வடிவ நேர்த்தியுடன் வெளிவரக் காரணமாக இருந்த தேநீர் பதிப்பகத்திற்கு நன்றி சொல்லக் கடமைப்பட்டுள்ளேன்.

நூல்களை வாங்குவதற்கும் வாசிப்பதற்கும் எழுதுவதற்கும் தடை கோராத எனது குடும்பத்தினரை நினைத்து அக மகிழ்கிறேன்.

தோழமையுடன்

பி. பாலசுப்பிரமணியன்

உள்ளடக்கம்

1. அகவுநர்   09
2. அசுணம்   21
3. ஆரியர்   34
4. கங்கை   47
5. பிசிர்   64
6. யாஅம்   76

1. அகவுநர்

தமிழ்மொழி சொல் வளமுடையது. பண்டைத் தமிழிலக்கியங்களிலிருந்து சமகால இலக்கியம் வரை தமிழில் சொற்கள் விரவிக் கிடக்கின்றன. சொற்களைத் தேடிக் கண்டடைவதும் சொல்லின் பொருளில் ஆழங்கால் படுதலும் இன்றியமையாததாகும். 'கடிசொல் இல்லை காலத்துப் படினே' என்ற தொல்காப்பியரின் கூற்றைப் போல எல்லாக் காலத்துக்குமான சொல் என்பதொன்றும் இல்லை. காலத்திற்கேற்றவாறு புதிய சொற்கள் உருவாகின்றன. அந்தச் சொற்களுக்கான பொருள்களும் மாறுபடுகின்றன. ஒரு சொல் வேறொரு சொல்லாகத் திரிந்து, ஒரே பொருளைத் தரும் சூழலையும் காண முடிகிறது. சொற்களாலும் மொழியாலும் தான் இந்த இலக்கிய உலகம் இயங்கிக் கொண்டிருக்கிறது. அதனடிப்படையில் தமிழ்ச்சமூக அலைகுடி மரபில் 'அகவுநர்' என்ற சொல்லின் பொருள் குறித்தும் சங்க இலக்கியங்களில் பதிவு செய்யப்பட்டுள்ள அகவுநர் பற்றிய இருப்பு குறித்தும் இக்கட்டுரை ஆராய்கிறது.

அகவுநர்

அகவுநர் என்ற சொல் சங்க இலக்கியத்தில் ஆறு பாடல்களில் இடம் பெற்றுள்ளது. அகநானூற்றில் 97, 113, 152, 208, 249 ஆகிய ஐந்து பாடல்களிலும் பரிபாடல்

15 ஆம் பாடலிலும் பதிவு செய்யப்பட்டுள்ளது. பாண்குடிச் சமூகத்தில் ஒருவராக அகவுநர் அடையாளப்படுத்தப்பட்டாலும் பாணர்களைப் போன்று அதிகப் பாடல்களில் இவர்களைப் பற்றியக் குறிப்புகள் இடம் பெறவில்லை. பண்டைத் தமிழ்ச் சமூகத்தில் அலைகுடிகளாக வாழ்ந்த பல கலைஞர்களுள் இவர்களும் ஒருவர் என்பதும் குறிப்பிடத்தக்கது.

அகவுநர் பாண் சமூகத்தைச் சார்ந்த அலைகுடிகள் என்றாலும் அவர்களைக் குறித்து ஆய்வதும் தேவையான ஒன்றாகக் கருத இடமிருக்கிறது.

> "கூத்தரும் பாணரும் பொருநரும் விறலியும்
> ஆற்றிடைக் காட்சி உறழத் தோன்றிப்
> பெற்ற பெருவளம் பெறாஅர்க்கு அறிவுறீஇச்
> சென்று பயனெதிரச் சொன்ன பக்கமும்"

என்று தொல்காப்பியர் (பாலசுந்தரம். ச. (உ.ஆ.), 2012) குறிப்பிடுகிற போது, அகவுநர் என்ற கலைஞர் பெயர் இடம் பெறவில்லை. கூத்தர் – நாடகக் கலைஞர், பாணர் – இசைக்கலைஞர், பொருநர் – பாடலிலும் நடித்தலிலும் வல்லவர், போர்க்களத்தைச் சிறப்பித்துப் பாடுபவர், விறலி – ஆடல், பாடல், நடித்தல் கலைகளில் வல்ல பெண் என்று உரையாசிரியர்கள் விளக்கம் அளிப்பர். மேற்கண்ட இந்த நான்கு கலைஞர்கள் தவிர பிற கலைஞர்கள் பற்றியக் குறிப்புகள் பாடல்களில் குறைவாக இருப்பதை அறிய முடிகிறது. பிற கலைஞர்கள் அடையாளப்படுத்தாமைக்கான காரணம் குறித்தும் ஆராய வேண்டிய தேவையிருக்கிறது. ஒரு வேளை தொகுக்கப்படுகிற போது விடுபட்டிருக்கலாம். இல்லையெனில் பேரரசு உருவான காலத்தில் சிறு கலைஞர்கள் பின்னுக்குத் தள்ளப்பட்டிருக்கலாம்.

தொல்சமூகத்தில் வாழ்ந்துள்ள இந்தக் கலைஞர்களை, "நாட்டின் பூர்வகுடிகளான இவர்கள் அலைகுடிகள், காலோடிகள் என அழைக்கப்பட்டு வந்துள்ளனர். நிலைகுடிகளுக்குக் கலைச்சேவை செய்து வந்துள்ளனர். இவர்கள் ஐந்து நிலங்களிலும் பயணித்திருக்கிறார்கள்" என்கிறார் பேசில் சேவியர் (சி.பேசில் சேவியர், 2021).

"பாணர்கள் வாய்மொழிக்கலையில் சிறந்துள்ளனர். பாணர் சமூகத்தைச் சேர்ந்தோராக அகவுநர், கோடியர், கண்ணுளர், பொருநர் ஆகியோரைக் குறிப்பிடுவர். அக்கலைஞர்கள் தங்களது தனிப்பட்ட கலை முயற்சியால் அடையாளப்படுத்தப்பட்டுள்ளனர். அவர்களின் வாழ்க்கை முறை அலைந்து திரியும் நாடோடி வாழ்க்கையாக இருந்துள்ளது" என்று ஆய்வாளர் தமிழ்மணி (தமிழ்மணி, 2010) குறிப்பிடுவார்.

"சங்க காலத்தில் பாணர், பொருநர், விறலியர், பாடினியர், கூத்தர், அகவுநர் போன்ற நாடோடிக் குழுக்கள் இருந்தன என்பதைச் சங்க இலக்கியங்கள் வழி அறியப்படுகிறது. இவர்கள் குறவர், எயினர், ஆயர், உழவர், பரதர் போன்ற நிலைகுடிகளின் கொடையில் அலைகுடிகளாக வாழ்ந்தனர். வீரயுக அலைகுடிகளான பாணர் சமூகத்தில் மட்டும் துடியர், கோடியர், வயிரியர், கண்ணுளர் போன்ற பதினேழு வகைக் குடிகள் இருந்தன" எனப் பக்தவத்சல பாரதி (பக்தவத்சல பாரதி, 2015) குறிப்பிடுவார்.

"பல்வேறு கலைத்தொழிலில் ஈடுபட்ட பாண் சமூகத்தார் பாணர், கூத்தர், பொருநர், அகவுநர், இயவர், வயிரியர், கண்ணுளர் முதலான எட்டுக்கும் மேற்பட்ட குழுக்களாக வேறுபட்டு நிற்கின்றனர். இக்கலைச் சமூகத்தாரின் வாழ்வியல் பாங்கும்

பொருளாதார நிலையும் சில பொதுமைகளைக் கொண்டிருப்பதால் இவர்களைப் பாண் சமூகத்தார் என்று சுட்டலாம். ஆனால், ஒவ்வொரு சமூகத்தாரும் தாம் செய்யும் தொழிலால் வேறுபட்டுக் காணப்படுகின்றனர்" என்பார் ராஜ்கௌதமன் (ராஜ் கௌதமன், 2018).

"சங்க நூல்களில் பாடுநர்களாகப் பாணர், பொருநர், அகவுநர், புலவர், கோடியர், வயிரியர், கண்ணுளர், விறலியர் அறியப்படுகின்றனர். அகவு – கூவி அழைத்தல். அவர்கள் தங்கள் பாடல்களை எவ்வாறு எடுத்துரைத்தனர் என்பதை இச்சொல் உணர்த்துகிறது" என்கிறார் கோ. பழனி (கோ. பழனி, 2014).

இவ்வாறு பாண்சமூகத்தைப் பற்றியும் அகவுநர் பற்றியும் பல்வேறு கருத்துகள் நிலவி வருகின்றன. இவையெல்லாம் ஆய்வுக்குரியவைகளாக அமைந்திருக்கின்றன.

அகநானூறு – அகவுநர்

பாலைநில வழி பொருள்வயிற் சென்ற தலைவனைப் பிரிந்து வாடும் தலைவி, மாலை நேரமாகிவிட்டது, அதனால் தமது துணையை அழைக்கும் குயிலின் குரல் கேட்கிறதே? நான் என்ன செய்வேன் என்று தோழியிடம் புலம்பித் தவிக்கிற மாமூலனார் பாடிய 97 ஆம் பாலை நிலப் பாடல் இது.

"இருங்கழை இறும்பின் ஆய்ந்து கொண்டறுத்த
நுணாங்குகண் சிறுகோல் வணங்கிறை மகளிரொ
டகவுநர்ப் புரந்த அன்பின் கழல்தொடி
நறவுமகிழ் இருக்கை நன்னன் வேண்மான்"

என்ற பாடலில் அகவுநர் (ந.மு.வேங்கடசாமி நாட்டார், ரா.வேங்கடாசலம் பிள்ளை (உ.ஆசி.), 1962) பற்றியக் குறிப்பு உள்ளது. பெரிய மூங்கில்கள் விளைந்திருக்கின்ற சிறு காட்டில் ஆராய்ந்து அறுத்திட்ட சிறிய கணுக்களையுடைய, நுண்ணிய கோலினைக் கொண்டு, வளைந்த முன் கையினையுடைய விறலியரொடு பாணர்களைப் புரந்திடும் அன்பினைப் பெற்றவன் நன்னன் வேண்மான் என்ற செய்தி இடம் பெற்றுள்ளது. அகவுநர் என்பதற்கு உரையாசிரியர் பாணர் என்று பொருள் தருகிறார். மூங்கிலால் செய்யப்பட்ட நுண்கோலை கையில் வைத்திருக்கும் கலைஞர், இவருடன் விறலியரும் பயணித்திருக்கின்றனர். கலைஞர்களின் அன்பைப் பெற்றவன் நன்னன் என்று பதிவு செய்வதன் வழி கலைஞர்கள் சமூகத்தில் மதிக்கப்பட்டவர்களாகவும் கொண்டாடப் பட்டவர்களாகவும் இருந்திருக்கின்றனர் என அறிய முடிகிறது. கலைஞர்களின் உடனான குறுநில மன்னனின் அன்பு போற்றுதற்குரியது. அகவுநர் என்பவர் பாண்சமூகத்தில் உள்ள ஒரு தனித்த அலைகுடி என அறிந்தாலும் உரையாசிரியர்கள் அவர்களின் தொழிலை, செயலைத் தனித்து அடையாளப்படுத்தவில்லை.

தலைவன் பொருள் தேடச் சென்றிருக்கிறான். என் உயிர் அவனிடம் சென்று விட்டது. என் உடம்புதான் இங்கே கிடக்கிறது என்று தலைவி தோழியிடம் கூறுவதாக அமைந்த இந்தப் பாலைநிலைப் பாடலைப் (113) பாடியவர் கல்லாடனார். கோசர்களின் பெருமகனாக விளங்குபவன் அஃதை. இவன் கூத்தர்களைக் கொண்டாடும் தலைவனாய் இருந்தான் என்பதை,

> "புன்தலை மடப்பிடி அகவுநர் பெருமகன்
> அமர்வீசு வண்மகிழ் அஃதைப் போற்றி"

என்ற பாடல் (ந.மு.வேங்கடசாமி நாட்டார், ரா.வேங்சடாசலம் பிள்ளை (உ.ஆசி.), 1962) குறிப்பிடுகிறது. அகவுநர் என்பவரை உரையாசிரியர்கள் கூத்தர் என்று சுட்டியிருப்பதைக் காணமுடிகிறது. இதன் வழி இவர்கள் ஆடுகிறவர்கள் என்று அறியலாம். ஆனால், அகவுநரைக் கூத்தர் என்று அழைப்பது சரிதானா? என்ற கேள்வியும் இருக்கிறது. சென்ற பாடலில் பாணர் என்று குறிப்பிடப்பட்டுள்ளதையும் அறிய முடிகிறது. இந்தப் பாடலிலும் அஃதை என்ற குறுநிலத் தலைவனைச் சார்ந்து கலைஞர்கள் வாழவேண்டிய கட்டாயம் இருந்துள்ளது என்பதையும் புரிந்து கொள்ள வாய்ப்பிருக்கிறது. அகவுநர் பெருமகன் எனப் பொருள் கொண்டு அவர்களைச் சமூகம் மதித்துப் போற்றியிருக்கிறது என்பதாகவும் அறிய முயற்சிக்கலாம்.

இன்பம் தந்துவிட்டுத் திரும்பிப் போகிறாள் தலைவி. அவளது கூந்தல் அழகும் தோள் மணமும் என்னைத் துன்பத்தில் ஆழ்த்துகின்றன என்று தலைவன் தனக்குள் பேசிக்கொள்வதாக, அகநானூற்றில் பரணர் பாடிய 152 ஆம் குறிஞ்சி நிலப் பாடல் அமைந்துள்ளது.

> “நுண்கோல் அகவுநர்ப் புரந்த பேரிசைச்
> சினம்கெழு தானைத் தித்தன் வெளியன்”

என்ற பாடலில் அகவுநர் (பொ.வே. சோமசுந்தரனார் (உ.ஆ.), 1974) பற்றிய குறிப்பு இடம் பெற்றுள்ளது. கையில் நுணுக்கமான கோலை வைத்துக் கொண்டு குறிசொல்லிப் பாடும் அகவுநர் மக்களைப் பேணிப் பெரும் புகழ் கொண்டவன், சினங் கொண்ட பெரும்படை உடைய தித்தன் வெளியன். இப்பாடல் வழி அகவுநரை நுண்கோல் கொண்டு குறி சொல்பவர்கள் என்று பதிவு செய்திருப்பதையும் அறிய முடிகிறது.

“நுண்ணிய யாழ் நரம்பினை வருடிப் பாடுகின்ற பாணர்களைப் பெரிதும் புரந்தமையால் உண்டான பெரிய புகழையும் வெகுளிமிக்கப் படைகளையுமுடைய தித்தன் வெளியன் என்னும் வேந்தன்” என்று உரை விளக்கம் தருகிறார் பொ.வே. சோமசுந்தரனார் (பொ. வே. சோமசுந்தரனார் (உ.ஆ.), 1974). மேற்கண்ட பொருளிலிருந்து இது முற்றிலும் வேறுபட்டதாக இருக்கிறது. அகவுநர் குறிசொல்பவர்” (பொ.வே. சோமசுந்தரனார் (உ.ஆ.), 1974) என்று சோமசுந்தரனார் பொருள் கூறவில்லை என்பதையும் கவனிக்க வேண்டியிருக்கிறது.

இரவுக்குறிக்கண் வந்து தலைவியைப் புணர்ந்து நீங்கும் தலைவன் தலைவியை நினைந்து பாராட்டி, தமது நெஞ்சிற்குச் சொல்லியதாக அகநானூறு 208 ஆம் குறிஞ்சிநிலப் பாடல் அமைகிறது. பரணர் இப்பாடலைப் பாடியிருக்கிறார்.

“நுண்கோல் அகவுநர் வேண்டின் வெண்கோட்டு
அண்ணல் யானை ஈயும் வண்மகிழ்
வெளியன் வேண்மான் ஆஅய் எயினன்”

என்ற பாடலில் நுண்கோல் அகவுநர் (பொ.வே. சோமசுந்தரனார் (உ.ஆ.), 1974) என்ற குறிப்பு இடம் பெற்றுள்ளது. “நுண்ணிய நரம்பினை வருடிப் பாடுகின்ற பாணர்கள் பரிசில் அவன்பால் வேண்டின் வெள்ளிய மருப்பினையுடைய தலைமைத் தன்மை வாய்ந்த யானையையும் பரிசிலாக வழங்கும் வள்ளன்மையையும் மகிழ்ச்சியையும் உடைய அருள் பொருந்திய வாழ்க்கை உடைய வெளியன் வேண்மான் ஆயிஎயினன் ஆவான்” என்கிறார் பெருமழைப்புலவர் (பொ.வே. சோமசுந்தரனார் (உ.ஆ.), 1974).

இதிலிருந்து இசைக்கருவி கொண்டு பாடுகிறவர் அகவுநர் என்ற கருத்தைப் பெறமுடிகிறது.

பொருள்வயிற்கண் தலைவியைப் பிரிந்து சென்றான் தலைவன். அதனால் வேறுபட்ட தலைவியின் ஆற்றாமை கண்டு, தோழி அவளுடன் உரையாடுகிறாள். தோழிக்குத் தலைமகள் பதில் கூறுவதாக, நக்கீரர் பாடிய 249 ஆவது பாலைநிலப் பாடல் இது.

> "......... .... வள்வார்
> விசிபிணித் தியாத்த அரிகோற் றெண்கிணை
> இன்குர லகவுநர் ...."

என்ற பாடலில் அகவுநர் (பொ.வே. சோமசுந்தரனார் (உ.ஆ.), 1974) பற்றியப் பதிவு உள்ளது.

வலிமையுடைய வாரினால் இழுத்துக் கோர்த்துக் கட்டிய அரித்து ஒலி உண்டாகும் கோலை கொண்ட, தெளிந்த ஓசையை உடைய கிணை என்னும் தோல் கருவியின் ஊடே இனிய தமது குரலாலே பாடுகின்ற கிணைவர் வந்து இரந்தால் அரச வள்ளல் முசுண்டை, உணவுப் பொருள்களைத் தேரில் ஏற்றி வழங்குவான். தந்தங்களுக்குப் பொன்னணி பூட்டிய யானைகளை ஊற்றுநீர் சுரப்பது போல வழங்குவான் எனப் பாடற்பொருள் குறிப்பிடுகிறது. கிணையிசை முழக்கி இனிய குரலில் பாடல் பாடும் அகவுநர் என்பதை மேற்கண்ட பாடல் வழி அறிய முடிகிறது.

பரிபாடல்

எட்டுத்தொகையில் பிற்காலத்து எழுந்த நூலாகக் கருதப்படுகின்ற பரிபாடலில் திருமால் பற்றிப் பாடப்பட்டுள்ள பதினைந்தாவது பாடல் அகவுநர் குறித்துப் பதிவு செய்திருக்கிறது.

"பகர் குழல் பாண்டில் இயம்ப அகவுநர்
நா நவில் பாடல் முழவு எதிர்ந்தன்ன"

என்ற பாடலுக்குப் பொருள் விளக்கம் தருகின்ற உரையாசிரியர் அகவுநர் வாய்ப்பாட்டுப் பாடுபவர் (பொ.வே. சோமசுந்தரனார் (உ.ஆ.), 1975) என விளக்கமளிக்கிறார்.

வ.எ.	நூல்	பா.எ.	பாடலடிகள்	நிலம்	பாடிய புலவர்	பொருள்
1.	அகநானூறு	97	நுணங்கு கண் சிறுகோல் வணங்கிறை அகவுநர்ப் புரந்த	பாலை	மாமூலனார்	நுண்ணிய கோல் கொண்ட அகவுநர்
		113	புன்றலை மடப்பிடி அகவுநர் பெருமகன்	பாலை	கல்லாடனார்	அகவுநரைப் பெருமகன் என அழைத்தல்
		152	நுண்கோல் அகவுநர்ப் புரந்த பேரிசை	குறிஞ்சி	பரணர்	நுண்ணிய யாழ் நரம்பினை வருடிப் பாடுகின்ற பாணர்
		208	நுண்கோல் அகவுநர்	குறிஞ்சி	பரணர்	குன்றம் பாடி யானையைப் பரிசாகப் பெற்ற நுண்கோல் அகவுநர்
		249	வள்வார் விசி பிணித்து யாத்த அரிகோல் தெள்கிணை இன்குரல் அகவுநர்	பாலை	நக்கீரனார்	கிணை என்னும் தோற்கருவி இசைத்த அகவுநர்
2.	பரிபாடல்	15	அகவுநர் நா நவில் பாடல் முழவு எதிர்ந்தன்ன	-	இளம்பெரு வழுதியார்	வாய்ப்பாட்டுப் பாடும் அகவுநர்

மதிப்பீடு

- அகவுநர் என்போர் கிணை, பறை, குழல், முழவு, யாழ் (தோற், நரம்புக் கருவிகள்) போன்ற இசைக்கருவிகளை வாசித்தவர்களாக இருந்திருக்கின்றனர்.

- அகவுநர் துணைவியார் அகவன் மகளிர் நுண்கோல் கொண்டு குறி சொல்பவர்களாக அடையாளப்பட்டிருக்கின்றனர்.

- அரசர்கள், குறுநில மன்னர்கள், வள்ளல்களிடம் இசைக்கருவிகளை வாசித்தும் பாடல் பாடியும் பரிசுகளைப் பெற்றுள்ளனர்.

- அரிதிப் பெரும்பான்மையான அலைகுடிச் சமூகம் நிலை குடிச் சமூகத்தினருக்குக் கலைச் சேவை செய்திருக்கின்றனர்.

- பாணர்கள் அடையாளப்பட்ட அளவிற்கு மற்ற கலைஞர்கள் அடையாளப்படவில்லை. அதற்கான காரணத்தை ஆய்வுக்குட்படுத்த வேண்டியத் தேவையிருக்கிறது.

- அகவுநர் போன்ற குடிகள் சங்க காலகட்டத்திற்குப் பிறகு எந்தப் பெயரில் அழைக்கப்பட்டு வந்தனர் என்ற பதிவும் இல்லை. இவர்கள் அனைவரையும் ஒட்டுமொத்தமாகக் கலைஞர்கள் எனக்குறிப்பிடுவதும் சாத்தியமில்லை. இவர்கள் ஓரிடத்தில் தங்காமல் பயணித்ததற்கான காரணத்தையும் தேட வேண்டியிருக்கிறது.

துணை நூல்கள் & கட்டுரைகள்

1. மாதையன், பெ., 2007, சங்க இலக்கியச் சொல்லடைவு, முதற்பதிப்பு, பதிப்புத்துறை, தமிழ்ப்பல்கலைக்கழக வெளியீடு, தஞ்சாவூர் – 613010.

2. வேங்கடசாமி நாட்டார், ந.மு., வேங்கடாசலம் பிள்ளை, ரா., 1961, அகநானூறு, முதற்பதிப்பு, தென்னிந்திய சைவசித்தாந்த நூற்பதிப்புக் கழகம், திருநெல்வேலி – 06.

3. சோமசுந்தரனார், பொ.வே. 1974, அகநானூறு (மணிமிடைப் பவளம், நித்திலக்கோவை), முதற்பதிப்பு, தென்னிந்திய சைவசித்தாந்த நூற்பதிப்புக் கழகம், திருநெல்வேலி – 06.

4. சோமசுந்தரனார், பொ.வே. 1975, பரிபாடல் மூலமும் உரையும், முதற்பதிப்பு, தென்னிந்திய சைவசித்தாந்த நூற்பதிப்புக் கழகம், திருநெல்வேலி – 06.

5. ராஜ் கௌதமன், 2018, பாட்டும் தொகையும் தொல்காப்பியத் தமிழ்ச் சமூக உருவாக்கமும், முதற்பதிப்பு, தமிழினி பதிப்பகம், 25–ஏ, தரைத்தளம், முதல் பகுதி, ஸ்பென்சர் பிளாஸா, 769, அண்ணாசாலை, சென்னை – 02.

6. பக்தவத்சல பாரதி, 2015, பாணர் இனவரைவியல், முதற்பதிப்பு, அடையாளம், 1205/1, கருப்பூர் சாலை, புத்தாநத்தம் – 621310.

7. பேசில் சேவியர், சி., 2021, தமிழக நாடோடிகளின் அவலங்கள் (கட்டுரை), நவம்பர் 24, இந்து தமிழ் திசை நாளிதழ்.

8. பழனி, கோ., ஜீலை 2014, பழந்தமிழ் இலக்கியத்தில் கதை தழுவிய கூத்து (கட்டுரை), உங்கள் நூலகம் மாத இதழ்.

9. தமிழ்மணி, 2010, சங்ககால நாடோடிகள் (கட்டுரை), பிப்ரவரி 14, தினமணி நாளிதழ்.

10. பாலசுந்தரம், ச. (உ.ஆ.), 2012, தொல்காப்பியம் பொருளதிகாரம் (தொகுதி மூன்று), ஆராய்ச்சிக் காண்டிகையுரை, முதற்பதிப்பு, பதிப்புத்துறை, பெரியார் பல்கலைக்கழக வெளியீடு, சேலம் – 11.

11. Thomas Lehmann And Thomas Malten, 1993, A WORD INDEX FOR CANKAM LITERATURE, 2nd Edition, Institute Of Asian Studies, Chemmancherry, Chennai – 19, Tamilnadu, India.

2. அசுணம்

எல்லாச் சொல்லும் பொருள் குறித்தனவே என்ற தொல்காப்பியர் கூற்றுப்படித் தமிழில் பயன்பாட்டில் இருக்கக்கூடிய அனைத்துச் சொற்களும் பொருளுடையனவைகளாகும். பொருளில்லாத சொற்கள் என்று எவற்றையும் ஒதுக்கித் தள்ளிவிட முடியாது. அந்தந்தக் காலத்திற்கேற்றவாறு சொற்கள் பயன்பாட்டில் இருந்தமையையும் அறிய முடிகிறது. செய்யுள் வழக்குச் சொற்கள், பேச்சு வழக்குச் சொற்கள் எனச் சொற்களைப் பிரித்துப் பார்க்கிறோம். குறிப்பாக, சங்க இலக்கியத்தில் பயன்படுத்தப்பட்டுள்ள சொற்கள் அக்கால வழக்கில் இருந்த சொற்களாகும். கால மாற்றத்தால் பல சொற்கள் வழக்கிழந்தன. இன்றைய காலகட்டத்திற்கு அச்சொற்களையும் சொற்கள் உணர்த்தும் பொருளையும் நினைவுபடுத்தவேண்டிய தேவையிருக்கிறது. அதனடிப்படையில் 'அசுணம்' என்ற சொல்லின் பொருளை விளக்கும் நோக்கில் கட்டுரை அமைகிறது.

அசுணம் – பதிவுகள்

நற்றிணையில் 244,304 ஆகிய இரண்டு பாடல்களிலும் அகநானூற்றில் 88ஆம் பாடலிலும் அசுணம் என்ற சொல் நேரடியாகப் பதிவு செய்யப்பட்டுள்ளது எனச் சங்க இலக்கியச் சொல்லடைவை (மாதையன்.பெ.,

2007) உருவாக்கிய பெ.மாதையனும் சங்க இலக்கியச் சொற்றொகை (A word Index for Cankam Literature) உருவாக்கிய தாமஸ் லெமனும் தாமஸ் மால்டரும் கூறியுள்ளனர் (தாமஸ் லெக்மன், தாமஸ் மால்டன், 2007). மூன்று பாடல்களில் மட்டுமே அசுணம் என்ற சொல் இடம்பெற்றுள்ளது என்பது இவர்களின் கருத்து. மேலும் கலித்தொகை 143 ஆம் பாடலில் 'மானை' என்ற சொல் பதிவு செய்யப்பட்டுள்ளது. உரையாசிரியர் நச்சினார்க்கினியர் மான் என்பதை அசுணமா எனக் குறிப்பிடுகின்றார். இவரைப் பின்பற்றியே பிற்கால உரையாசிரியர்களும் பதிவு செய்திருப்பது ஆய்வுக்குரியதாகும். ஆக, அசுணம் என்ற சொல் நேரடியாக இடம்பெற்றுள்ள பாடல்கள் 3 மட்டுமே. வேறு பாடல்களில் 'மான்' என்பது அசுணமா என்று உரையாசிரியர்களால் பயன்படுத்தப்பட்டிருக்கிறதா? என ஆராய வேண்டும்.

நற்றிணை

அசுணம் என்பது ஓர் உயிரினம். ஆனால் அது பறவையா? விலங்கா? என்பதில் உரையாசிரியர்களுக்கிடையே பல்வேறு கருத்துநிலைகள் உண்டு. நற்றிணையில் இரண்டு பாடல்கள்(244, 304) அசுணம் பற்றிப் பேசுகின்றன.

> "விழுந்த கூதளத்து அலறிநாறும்
> மாதர் வண்டின் நயவரும் தீம்குரல்
> மணம் நாறு சிலம்பின் அசுணம் ஓர்க்கும்
> உயர்மலை நாடற்கு உரைத்தல் ஒன்றோ..."

என்ற பாடலில் (கூற்றங்குமரனாரின் குறிஞ்சி நிலப்பாடல்) 'அசுணம்' இடம்பெற்றுள்ளது

(பாலசுப்பிரமணியன்.கு.வெ.(உ.ஆ.), 2004). மழை பெய்து ஓய்ந்த பின் குளிர்ச்சியான சாரல் பொழியும் கூதிர்க் காலத்தில் 'கூதளம்' மலரும். கூதளத்தில் தேனருந்தி மணம் வீசும் வண்டின் இசை, கேட்பதற்கு இனிமையாக இருக்கும். வண்டினிசையை யாழோசை எனக் கருதி, மணம் வீசும் மலைப்பிளவில் தங்கியிருக்கும் 'அசுணப் பறவை' செவிகொடுத்துக் கேட்கும் என்று இப்பாடல் பதிவிடுகிறது.

இப்பாடலின் உரைவிளக்கம்,

'இசையைக் கேட்டு மகிழும் இயல்புடைய பறவை; கொடூரமான இசையைக் கேட்டால் உயிர்விடும் என்பர். இதனை விலங்கு என்றும் கூறுவர்' என்று குறிப்பிடுகிறது (பாலசுப்பிரமணியன்.கு.வெ.(உ.ஆ.), 2004).

உரையாசிரியர், 'கூதள மலரில் தேனுண்ட அதன் மணத்தையுடைய வண்டின் இசையை, யாழிசை என்று அசுணம் செவி கொடுத்துக் கேட்டு ஆராயும் என்றது தலைவனுடன் முயங்கியதால் தலைவி கொண்ட வேறுபாட்டைக் காணும் தாய், முருகணங்கியதால் வந்த வேறுபாடு என்று ஆராயும் என்பதனை உள்ளுறுத்தி நின்றது' என்கிறார் (பாலசுப்பிரமணியன்.கு.வெ.(உ.ஆ.), 2004).

பின்னத்தூர் அ. நாராயணசாமி ஐயர்,

'விருப்பமுறும் இனிய ஓசையை யாழோசை போலுமென்று மலைமுழையிலிருக்கின்ற அசுணமாகிய விலங்கு செவி கொடுத்துக் கேளாநிற்கும்' என்று எழுதுகிறார் (பின்னத்தூர் நாராயணசாமி ஐயர் (உ.ஆ.), 1967).

"அசுணம் கொல்பவர் கைபோல் நன்றும்
இன்பமும் துன்பமும் உடைத்தே
தண் கமழ் நறுந்தார் விறலோன் மார்பே"

என்ற பாடல் மாறோக்கத்து நப்பசலையாரின் குறிஞ்சி நிலப்பாடலாகும் (பாலசுப்பிரமணியன்.கு.வெ. (உ.ஆ.), 2004). குளிர்ச்சி பொருந்திய நறுமணம் வீசக்கூடிய மாலை அணிந்த, வல்லமையுடைய தலைவனின் மார்பு இன்பமும் துன்பமும் உடையது. அதாவது, தலைவிக்குத் தலைவனின் மார்பு புணர்ச்சியில் இன்பமும் பிரிவில் துன்பமும் தருவதாகும். அதுபோல, அசுணப்பறவைகளைக் கொல்பவர்களின் கை முதலில் யாழிசைத்து இன்பத்தையும் பிறகு பறை இசைத்து அதற்குத் துன்பத்தையும் கொடுக்கும் என அறியலாம். அதனால், அசுணப் பறவையைக் கொல்பவர்களுடைய கையைப் போன்றது என உரையாசிரியர் விவரித்துக் கூறுகிறார்.

பாடல் உரை விளக்கம்,

'தலைவன் தன்னொடு இருப்பின் தன் எழில் பொலியுமென்றும் தலைவன் பிரியின் கெடுமென்றும் கூறுகின்றனள் தலைவி. அசுணப் புள்ளைக் கொல்பவர் முதலில் யாழை இசைத்துப் பின் பறையை முழக்குவர். இன்னா ஓசை கேட்டு அசுணம் மடியும்' என்று குறிப்பிடுகிறது (பாலசுப்பிரமணியன்.கு.வெ.(உ.ஆ.), 2004).

பின்னத்தூர் நாராயணசாமி ஐயர்,

"தண்ணிய தாய்மணங்கமழும் நறிய மாலையணிந்த வலிமையுடைய நம் காதலன் மார்பானது; இசையறி விலங்காகிய அசுண மானைக் கொல்பவருடைய

கையைப் போலப் பெரிதும் இன்பமும் துன்பமும் உடையதாயிரா நின்றது" எனக் கூறி (பின்னத்தூர் நாராயணசாமி ஐயர் (உ.ஆ.), 1967), மேலும்

"அசுணங் கொல்பவர் முதலில் யாழை வாசித்துப் பின்பு செவியில் ஏற்க வொண்ணாத பறையை முழக்கி அவற்றைக் கொல்வதனால் இன்பமுந் துன்பமும் உடைமையின் அதனை உவமித்தார்" என்று விளக்கிச் செல்கிறார் (பின்னத்தூர் நாராயணசாமி ஐயர் (உ.ஆ.), 1967).

இங்கு அசுணம் என்பது இசை கேட்கும், கேட்டு ஆராயும் ஒரு வகைப் பறவை, அசுணமானாகிய விலங்கு எனவும் அடையாளப்படுத்தப்படுகிறது. மேலும் அசுணப் பறவையைக் கொல்ல நினைப்பவர்கள் முதலில் யாழிசைத்து மயங்கச் செய்து, பிறகு, பறை முழக்கிக் கொல்வர் என்ற செய்தியை முன்வைக்கிறது.

அகநானூறு

அகநானூற்றில் பல உயிரினங்கள் பேசப்பட்டாலும் அசுணம் என்ற ஓர் உயிரினம் ஒரு பாடலில் மட்டுமே பதிவு செய்யப்பட்டிருப்பது வியப்புக்குரியதாகும். ஒருவேளை தொகைப்பாடல்கள் பாடிய காலத்தில் இந்த உயிரினம் அரிதாக வாழ்ந்ததாக இருந்திருக்கலாம்.

"…. ….. குன்றத்
திரும்புவலி தொலைத்த பெருங்கை யானைக்
கவுள்மலி பிழிதரும் காமல் கடாவும்
இருஞ்சிறைத் தொழுகி யார்ப்ப யாழ்செத்
திருங்கல் விடரளை அசுணம் ஓர்க்கும்"

என்ற பாடல் (ஈழத்துப் பூதந்தேவனார், குறிஞ்சி நிலப்பாடல்) 'அசுணம் ஓர்க்கும்' எனப் பதிவு செய்கிறது (வேங்கடசாமி.ந.மு., வேங்கடாசலம் பிள்ளை.ரா.,(உ.ஆசி.), 1961).

'குன்றின் கண்ணுள்ள பெரிய புலியைக் கொன்ற பெரிய கையினை உடைய யானையின் கன்னத்திலிருந்து பெருகி வழியும் அழகிய மதநீரில், கரிய சிறகினையுடைய வண்டின் கூட்டம் ஒலிக்க அதனை யாழிசை எனக் கருதி பெரிய மலையின் பிளப்பாய குகையிலுள்ள அசுணங்கள் உற்றுக் கேட்கும்' என்று ந.மு. வேங்கடசாமிநாட்டார், ரா.வேங்கடாசலம்பிள்ளை ஆகிய இருவரும் தங்களது விளக்கவுரையில் குறிப்பிடுவர் (வேங்கடசாமி.ந.மு., வேங்கடாசலம் பிள்ளை.ரா.,(உ.ஆசி.), 1961).

இங்கும் அசுணம் வண்டின் ஓசையை, யாழிசை எனக் கருதி மயங்கும் என்ற பொருளிலேயே கையாளப்படுகிறது. அசுணம் என்பதை 'அசுணங்கள்' என்று உரையாசிரியர்கள் பன்மையில் எழுதிச் செல்வதைப் பார்க்க முடிகிறது.

மேற்கண்ட மூன்று பாடல்களும் குறிஞ்சித் திணையைச் சார்ந்தவை. ஆக, அசுணம் என்ற பறவை (அ) விலங்கு குறிஞ்சித் திணைக்குரியதாக அடையாளப்படுத்தப்படுகின்றன.

கலித்தொகை

நற்றிணையும் அகநானூறும் அசுணத்தைக் குறிஞ்சி நில உயிரினம் என அடையாளப்படுத்தின. கலித்தொகையில் அசுணம் 143 ஆம் நெய்தற்கலிப் பாடலில் பதிவு செய்யப்பட்டுள்ளது. இது சற்று முரணாக உள்ளது. குறிஞ்சி தவிர பிற நிலங்களிலும் அசுணம் பரவியிருக்க இடமுண்டா? என்று ஆய்வு நிகழ்த்தவும் வாய்ப்பிருக்கிறது.

"மறையிற்றன் யாழ்கேட்ட மானை யருளா
தறைகொன்று மற்றதன் ஆருயி ரெஞ்சப்
பறையறைந் தாங்கொருவன் நீத்தான்"

என்ற பாடலுக்கு (நல்லந்துவன் பாடல்) உரையெழுதிய (நச்சினார்க்கினியர் (உ.ஆ.), 1943) நச்சினார்க்கினியர்,

'வஞ்சனையாலே தான் வாசித்த யாழிசையைக் கேட்ட அசுணமாவை இவ்வின்ப முற்றதென்று அருள் பண்ணாதே முன்பு செய்த வஞ்சனையைக் கெடுத்துப் பின்னை அதன் அரிய உயிர்போம்படி பறையைத் தட்டினாற்போலே ஒருவன் முன்னர் வஞ்சித்து இன்பத்தை உண்டாக்கிப் பின்னர் அவ்வின்பம் போம்படி என்னைக் கைவிட்டான்' என்று குறிப்பிடுகிறார் (நச்சினார்க்கினியர் (உ.ஆ.), 1943).

உரையாசிரியர் விசுவநாதன்,

'வஞ்சனையாலே தான்மீட்டிய யாழிசையைக் கேட்ட அசுணமாவை, இவ்வின்பம் உற்றதென்று அருள் செய்யாமல், முன்பு செய்த வஞ்சனையைக் கெடுத்துப் பின்னர் அதன் அரிய உயிர் போகும்படிப் பறையைத் தட்டினார் போல ஒருவன் முன்னர் வஞ்சித்து, இன்பத்தைத் தந்து பின்னர் அவ்வின்பம் போம்படி என்னைக் கைவிட்டான்' என்று குறிப்பிடுகிறார் (விசுவநாதன் (உ.ஆ.), 2004).

நச்சினார்க்கினியர் கூறிய அதே விளக்கத்தைப் பொருள் மாறாமல் பிற்கால உரையாசிரியராகிய விசுவநாதனும் பயன்படுத்தியுள்ளார். சில வார்த்தைகளை மட்டுமே மாற்றியுள்ளார். கலித்தொகைப் பாடலும் யாழ், பறை வாசித்து அசுணமாவை வஞ்சனையாகக்

கொள்கின்றனர் என்ற கருத்தியலை முன்வைக்கிறது. அருஞ்சொற் பொருள் விளக்கத்திலும் மான் என்பதற்கு அசுணமா என்ற சொல்லைப் பயன்படுத்தியிருப்பதையும் அறிய முடிகிறது. பாடலில் யாழ்கேட்ட மானை என்ற சொல்லும் பறையறைந்து என்ற சொல்லும் இடம்பெற்றிருப்பதால் உரையாசிரியர்கள் அசுணமா என்ற பொருளில் அர்த்தப்படுத்தியிருப்பார்கள் எனக் கருத இடமிருக்கிறது.

'அசுணம் – இது பேடையை விட்டு நீங்காத பறவை. இதனிறம், உருவம் முதலியவை நன்றாக விளங்கவில்லை. இதன் ஓசையை தலைவனீக்கத்தில் தலைவி பொறாமைக்குத் தமிழ் நூலார் உவமை கூறுவர்' என அபிதான சிந்தாமணியில் ஆ. சிங்காரவேலு முதலியார் குறிப்பிடுவார் (சிங்காரவேலு முதலியார்.ஆ., 2001).

'அசுணமா, அசுணம் என்பதற்குக் கேகயப்புள்' எனப் பொருள் விளக்கம் தருகிறது (கதிரைவேற் பிள்ளை.ந., 1981) ந. கதிரைவேற்பிள்ளையின் தமிழ்மொழியகராதி.

"அசுணம், பழந்தமிழிலக்கியங்களால் அறியப்படும் உயிரினங்களுள் ஒன்று. இது ஒருவகை விலங்கு என்றும் பறவை என்றும் கூறப்படுகிறது. இதனைக் குறிப்பிடுங்கால், 'அசுணம் என்பது விலங்குகளுள் ஒன்று என்று பலவிடத்தும், பறவைகளுள் ஒன்றென்று சிலவிடத்தும் குறிக்கப்படுகிறது. இதற்கு, யாழ் ஒலி (குழல் ஒலி, வண்டொலி, பாட்டொலி) முதலிய மெல்லிசையால் இன்புறுதல் முதலியனவும், பறையொலி (முரசொலி, வெடியொலி) முதலிய வல்லிசையால் துன்புறுதல் முதலியனவும் இயல்பு.

இதனைக் குறிஞ்சி நிலத்துக்குரியதென்றும், புகை போன்ற மேனி உடையதென்றும், அச்சப் பொருள்களுள் ஒன்றென்றும், சுவை ஒளி ஊறு ஓசை நாற்றம் என்ற ஐந்தனுள் ஓசையில் ஈடுபட்டு உயிரையும் இழப்பது' என்றும் இ.வை. அனந்தராமையர் விளக்கிக் கூறியுள்ளார். அசுணம் பற்றிய இவ்வியல்புகள், நற்றிணை, அகநானூறு, கலித்தொகை, நான்மணிக்கடிகை, சீவகசிந்தாமணி, பெருங்கதை, கம்பராமாயணம், கூர்மபுராணம், காஞ்சிப் புராணம், பாகவதம் முதலிய இலக்கியங்களில் குறிப்பிடப்பட்டுள்ளன. இவ்விலக்கியங்களில் அசுணம் இன்னோசை கேட்டு இன்புறுவதும் வல்லோசை கேட்டுத் துன்புறுவதும் ஆகிய பண்பே, பெரும்பாலும் உவமை வாயிலாகவும் பிற வாயிலாகவும் குறிப்பிடப்பட்டுள்ளது. இதனைப் பிடிக்க விரும்புவோர், இது வாழும் காட்டகத்தே சென்று, முதலில் இனிய யாழிசையை இசைப்பர். அதன் இசையில் மயங்கி நிற்கும் நிலையில் வலிய பறையினை முழக்குவர். அவ்வல்லோசையால் துன்புற்று விழும்போது பிடித்துக் கொள்வர். வண்டுகள் மலைச்சாரலில் இமிர்கின்ற இன்னொலியினை அசுணம் யாழோசை எனக் கேட்டின்புறும் செய்தியினை நற்றிணையும் (244) அகநானூறும் (88) கூறுகின்றன. தலைவிக்கு இன்பமும் துன்பமும் உண்டாக்கும் தலைவன் மார்பினுக்கு, இனிய ஒலியையும் வலிய ஒலியையும் அடுத்தடுத்து உண்டாக்கி அசுணத்தைக் கொல்பவர்களின் கை உவமையாகக் கூறப்பட்டுள்ளது (நற்.304). தான் இசைக்கும் யாழோசையைக் கேட்டு இன்புற்றிருக்கும் அசுணத்தின் இன்னுயிர் நீங்குமாறு, அதனைப் பிடிப்போர் பறை முழக்கும் செய்தி கலித்தொகையில் (143) இடம் பெற்றுள்ளது. சங்க

இலக்கியங்களிலேயன்றிச் சிந்தாமணி, கம்பராமாயணம் போன்ற நூல்களிலும் குறிப்பிடப்படும் அசுணம் இக்காலத்தில் இருப்பதாகத் தெரியவில்லை. இது காலத்தால் அழிந்துபட்ட உயிரினங்களுள் ஒன்றாகும். இன்னிசையால் மகிழ்ந்தின்புற்ற நிலையில் எழுப்பப்படும் வல்லோசை கேட்டுத் துன்புற்று உயிர்விடும் இந்த இயல்பே, சங்க காலத்தில் உவமையாகக் கூறி விளக்கும் அளவு மக்களால் அறியப் பெற்றிருந்த இந்த உயிரினம், பின்னர் முற்றிலும் அழிந்து போனதற்குக் காரணமாதல் கூடும்'' என்று வாழ்வியற் களஞ்சியம் குறிப்பிடுகிறது (வாழ்வியற் களஞ்சியம், தொகுதி ஒன்று, 1986).

இதுகாறும் அசுணம் என்ற சொல் பயன்பாடு குறித்து அறிஞர்களிடையே இருந்த கருத்தொற்றுமைகளையும் வேற்றுமைகளையும் அறிந்து கொள்ள முடிகிறது.

மதிப்பீடு

- சங்கப் பாடல்கள் உருவாக்க காலத்தில் எண்ணற்ற சொற்கள் பயன்படுத்தப்பட்டிருக்கின்றன. அவற்றுள் பல சொற்கள் இன்று வழக்கொழிந்து போயின எனலாம். மீதமுள்ள சொற்களைச் சமகாலத்தில் அடையாளப்படுத்த வேண்டிய தேவையிருக்கிறது.
- சங்கப் பாடல்களில் எண்ணற்ற பறவைகளும் விலங்குகளும் பதிவு செய்யப்பட்டுள்ளன. அவற்றுள் அசுணம் என்பது பறவையா? விலங்கா? என அறிய முடியவில்லை.
- அசுணம் என்று நேரடியாக நற்றிணையில் 2 பாடல்களும் அகநானூற்றில் ஒன்றுமாக மூன்று

பாடல்கள் பதிவு செய்யப்பட்டுள்ளன. இதனையே சொல்லடைவுகளும் குறிப்பிடுகின்றன.

- கலித்தொகை 143 ஆம் பாடலில் மானை என்ற சொல்லை அசுணமா என உரையாசிரியர்கள் குறிப்பிடுகின்றனர். சொல்லடைவுகள் இந்தச் செய்தியைப் பதிவு செய்யவில்லை. இது ஆய்வுக்குரியதாகும்.

- வாழ்வியற் களஞ்சியம் சங்க இலக்கியம் தாண்டிப் பிற்கால இலக்கியங்களிலும் அசுணம் குறித்தப் பதிவுகள் உள்ளன என்கிறது. மேலும் தற்காலத்தில் இந்த உயிரினம் இல்லை எனவும் குறிப்பிடுகிறது.

- அசுணம் பற்றிப் பாடலாசிரியர்களும் உரையாசிரியர்களும் குறிப்பிடும் செய்திகள் பொதுவானவைகளாகும். யாழிசையை ஆழ்ந்து கவனிக்கும் பறவையிது. இதனைக் கொல்ல வேண்டுமென்றால் யாழிசைத்துப் பறைமுழக்க வேண்டும் என்பதாகும். உரைகளில் இது விலங்கு என்றும் பறவை என்றும் எழுதப்பட்டுள்ளன. இதுகாறும், எண்ணற்ற உயிரினங்களைத் தமிழ்ச் சமூகம் தொலைத்திருக்கிறது என்பதையும் அறிய முடிகிறது. இயற்கையின் அதீதமான படைப்புகளுள் ஒன்றாக அசுணம் இருந்திருக்கிறது.

- அசுணம் என்பது ஒரு புனைவு என்றும் ஆய்வாளர்களிடையே கருத்து உண்டு.

- சங்ககாலப் படைப்பாளிகள் தாம் வாழ்ந்த நிலம் சார் உயிரினங்களைக் கவிதைகளில் பாடியிருந்ததால் காலங்கடந்தும் தொலைந்து போன உயிரினங்கள் குறித்து சொற்கள் வழி இன்று விவாதித்துக் கொண்டிருக்கிறோம்.

- சமகாலப் படைப்பாளிகளிடம் வாழ்நிலை சார்ந்த முதற், கரு, உரிப்பொருள்கள் படைப்புகளில் இடம்பெற வேண்டும் என்ற சிந்தனை மேலெழுகிறது.
- திணையியல், சூழலியல் சார்ந்து கலை, இலக்கியங்கள் பெரிதும் உருவாக வேண்டும் என்பதை நமக்குச் சங்க இலக்கியமும் சங்க இலக்கியச் சொற்களும் உணர்த்தி நிற்கின்றன.

துணை நூல்கள்

1. மாதையன். பெ., 2007 சங்க இலக்கியச் சொல்லடைவு, முதற்பதிப்பு, பதிப்புத்துறை, தமிழ்ப்பல்கலைக்கழக வெளியீடு, தஞ்சாவூர் – 613010.

2. நாராயணசாமி. அ., (உ.ஆ.), 1967, நற்றிணை நானூறு, முதற்பதிப்பு, தென்னிந்திய சைவசித்தாந்த நூற்பதிப்புக் கழகம், திருநெல்வேலி – 06.

3. பாலசுப்பிரமணியன். கு.வெ., (உ.ஆ.), 2004, நற்றிணை மூலமும் உரையும், முதற்பதிப்பு, நியூ செஞ்சுரி புக் ஹவுஸ் (பி) லிட், 4பி, சிட்கோ இண்டஸ்டிரியல் எஸ்டேட், அம்பத்தூர், சென்னை – 98.

4. வேங்கடசாமி நாட்டார். ந.மு., வேங்கடாசலம் பிள்ளை. ரா., 1961, அகநானூறு, முதற்பதிப்பு, தென்னிந்திய சைவசித்தாந்த நூற்பதிப்புக் கழகம், திருநெல்வேலி – 06.

5. நச்சினார்க்கினியர் (உ.ஆ.), 1943, கலித்தொகை மூலமும் உரையும், முதற்பதிப்பு, தென்னிந்திய சைவசித்தாந்த நூற்பதிப்புக் கழகம், திருநெல்வேலி – 06.

6. விசுவநாதன். அ., (உ.ஆ.), 2004, கலித்தொகை மூலமும் உரையும், முதற்பதிப்பு, நியூ செஞ்சுரி புக் ஹவுஸ் (பி) லிட், 4பி, சிட்கோ இண்டஸ்டிரியல் எஸ்டேட், அம்பத்தூர், சென்னை – 98.

7. சிங்காரவேலு முதலியார். ஆ., 1981, அபிதான சிந்தாமணி, முதற்பதிப்பு, ஏசியன் எடுகேஷனல் சர்வீசஸ், சி - 2/15, எஸ்.டி.எ., புதுதில்லி – 110016.

8. கதிரைவேற் பிள்ளை. ந., 1981, தமிழ்மொழியகராதி, முதற்பதிப்பு, ஏசியன் எடுகேஷனல் சர்வீசஸ், சி - 2/15, எஸ்.டி.எ., புதுதில்லி – 110016.

9. வாழ்வியற் களஞ்சியம் (தொகுதி – ஒன்று), 1986, முதற்பதிப்பு, பதிப்புத்துறை, தமிழ்ப்பல்கலைக்கழக வெளியீடு, தஞ்சாவூர் – 613010.

10. பாலசுந்தரம். ச. (உ.ஆ.), 2012, தொல்காப்பியம் சொல்லதிகாரம் (தொகுதி -2), ஆராய்ச்சிக் காண்டிகையுரை, முதற்பதிப்பு, பதிப்புத் துறை, பெரியார் பல்கலைக்கழக வெளியீடு, சேலம் - 11.

11. Thomas Lehmann And Thomas Malten, 1993, A WORD INDEX FOR CANKAM LITERATURE, 2nd Edition, Institute Of Asian Studies, Chemmancherry, Chennai – 19, Tamilnadu, India.

3. ஆரியர்

மக்கள் வழக்கில் புழக்கத்தில் உள்ள சொற்கள் ஒரு காலகட்டத்தின் வரலாற்றைப் பேசுகின்றன. அவ்வச் சொற்களின் பயன்பாட்டைக் கலை, இலக்கியங்கள் வழி அறிகிறோம். இந்தச் சொற்கள் நிரந்தரமானதுமல்ல. காலத்தின் பண்பாட்டுச் சூழலுக்கேற்பச் சொற்களின் பொருண்மைகளும் மாறிக்கொண்டேயிருக்கின்றன. அதனடிப்படையில் சங்க இலக்கியப் பாடல்களில் பதிவு செய்யப்பட்டிருக்கின்ற ஆரியர் என்ற சொல்லின் பொருளை ஆராய்கிறது இக்கட்டுரை.

ஆரியர்

ஆரியர் என்ற சொல் மக்கள் கூட்டம் என்ற பொருண்மையில் கையாளப்பட்டிருக்கிறது. "ஆரியர் என்ற சொல் சமஸ்கிருத மற்றும் ஈரானிய மொழிகளின் அடிப்படையில் அமைந்து ஆர்ய் எனும் அடிச்சொல்லிலிருந்து மருவி வந்ததாகக் கருதப்படுகிறது. இச்சொல் முதன்முதலில் ரிக்வேத நூலில் காணப்படுகிறது. இந்நூலில் அடங்கியுள்ள செய்யுள்கள் இன்றைக்கு 3500 ஆண்டுகளுக்கு முன் எழுதப்பட்டவை எனக் கருதப்படுகிறது. 'ஆர்ய' என்ற சொல் அய்ரிய என்ற இரானிய மொழிச் சொல்லுடன் உறவுடைய சொல்லாகும். இது சான்றோரையும் சான்றாண்மை என்ற பண்பையும் குறிக்கும் சொல்லாக ரிக் வேதத்தில்

காணப்படுகிறது. ஆனால், இது தற்காலத்தில் மேன்மையான, புனிதமான போன்ற இனமேன்மையைக் குறிக்கும் ஒரு சொல்லாக மாற்றப்பட்டது. ஜெர்மனியில் இரண்டாம் உலகப்போரின் போது நாசிகளின் இனவாதத்தை அடுத்து இது ஒரு வெறுப்புக்குரிய சொல்லாகவும் மாறியது. நாசிகள் போரில் தோல்வியுற்றபோது ஆரியர் பற்றிய கருத்து ஐரோப்பில் கண்டனத்துக்கு இலக்காகிக் கைவிடப்படும் நிலை ஏற்பட்டது. எனினும் தெற்காசியாவில் குறிப்பாகப் பிரித்தானியர் ஆட்சி நீங்கியப் பின்னர் ஆரியர் பற்றிய கருத்து புத்துயிர் பெற்றது" என்கிறார் கா. இந்திரபாலா.

வடநாட்டிலிருந்து பரத கண்டத்தில் வந்து ஸரஸ்வதி நதி தீரத்தில் வசித்தவர்கள் ஆரியர் என்று ஆ. சிங்காரவேலு முதலியார் அபிதான சிந்தாமணியில் குறிப்பிடுகிறார்.

ஆரியர் என்ற சொல் அந்தணர்கள், பிராமணர்களைக் குறிக்கிறதா? என்ற கேள்வியோடு விவாதிக்கிறபோது, தொ. பரமசிவன் தமது கட்டுரையில் சில செய்திகளை அளிக்கிறார்.

"சங்க இலக்கியங்கள் பிராமணர்களைக் குறிப்பதற்கு அந்தணர், பார்ப்பார் என்ற இரண்டு சொற்களைப் பயன்படுத்துகின்றன. பிராமணர்களைக் குறிக்க இக்காலத்தில் வழங்கும் ஐயர் (அல்லது ஐயங்கார்) என்ற சொல் சங்க இலக்கியங்களில் அவர்களைக் குறிக்க எங்குமே பயன்படுத்தப்படவில்லை என்கிறார் தொ. பரமசிவன். இங்கு ஆரியர் என்ற சொல் பற்றித் தொ. பரமசிவன் பதிவு செய்யவில்லை என்பது குறிப்பிடத்தக்கது. ஆக, அந்தணர், பார்ப்பனர், ஐயர் என்ற சொற்களுக்கும் ஆரியர் என்ற சொல்லுக்கும்

தொடர்பு இருக்கிறதா? என்பது குறித்து ஆராய வேண்டியிருக்கிறது.

ஆரியர் – சங்க இலக்கியம்

ஆரியர் என்ற சொல் சங்க இலக்கியங்களில் ஏழு பாடல்களில் இடம்பெற்றுள்ளது. நற்றிணையில் 170 ஆம் பாடல் ஒன்றும் குறுந்தொகையில் 7 ஆம் பாடல் ஒன்றும் பதிற்றுப்பத்தில் 11 ஆம் பாடல் ஒன்றும் அகநானூற்றில் 276, 336, 396, 398 ஆகிய நான்கு பாடல்களுமாக ஏழு பாடல்களில் ஆரியர் என்ற சொல் பயின்று வந்துள்ளதை அறிகிறோம்.

ஆரியர் என்ற சொல் மட்டுமல்லாது ஆரியர் என்ற சொல்லுடன் தொடர்புடைய பிற சொற்களையும் சங்கப்பாடல்கள் வழி தெரிந்து கொள்ள முடிகிறது. ஆரியப் பொருநன் பாணனுடன் மற்போரிட்டான் என்ற செய்தியை அகநானூறு 386 ஆம் பாடல் தெரிவிக்கிறது.

பதிற்றுப்பத்திலுள்ள ஐந்தாம் பதிகம் ஆரிய அண்ணல் என்று அழைக்கப்படுகின்ற இமயமலை மன்னர்களாகிய கனக, விசயர்களின் பெயர்களைப் பதிவு செய்கிறது.

ஆரிய அரசன் பிரகத்தனுக்குத் தமிழை அறிவித்ததற்காகக் கபிலர் குறிஞ்சிப்பாட்டு நூலினைப் பாடினார் என்ற செய்தியையும் அறிகிறோம். வடநாட்டு ஆரிய மன்னர்களைப் போரில் வெற்றி கொண்டதன் காரணமாக ஆரியப்படை கடந்த பாண்டிய நெடுஞ்செழியன் என்னும் பெயரையும் அறிகிறோம். இச்செய்திகளின் அடிப்படையில் ஒருவாறு ஆரியர் யார்? என்ற புரிதலுடன் சங்கப்பாடல்களின் பொருண்மைகளை ஆராய்வோம்.

நற்றிணை

நற்றிணையில் தோழி விறலிக்கு வாயின்மறுத்தல் துறையிலான மருதம் நிலம் சார்ந்த 170 ஆம் பாடலில் ஆரியர் என்ற சொல் இடம்பெற்றுள்ளது. இந்தப் பாடலை இயற்றிய ஆசிரியர் பெயர் குறிப்பிடப்படவில்லை.

"ஆரியர் துவன்றிய பேரிசை முள்ளூர்ப்
பலருடன் கழித்த ஒள்வாள் மலையனது
ஒருவேற்கு ஓடி யாங்குநம்
பன்மையது எவனோஇவள் நன்மைதலைப் படினே"

என்ற பாடலடிகளுக்கு, "ஆரியர் நெருங்கிச் செய்த போரின்கண்ணே பெரிய புகழையுடைய முள்ளூர்ப் போர்க்களத்துப் பலருடன் சென்று உறையினின்று உருவிய ஒள்ளிய வாட்படையையுடைய மலையனது ஒப்பற்ற வேற்படையை அஞ்சி அவ்ஆரியப்படை ஓடியது போலப் பலர்கூடிய நம்முடைய கூட்டமும் ஒழிய வேண்டியதன்றி வேறுயாது பயன்கண்டீர்" என்று பின்னத்தூர் நாராயணசாமி ஐயர் உரை விளக்கம் தருகிறார்.

முள்ளூர் என்னும் இடத்தைக் களமாகக் கொண்டு ஆரியர் வாட்படையுடன் தாக்க, மலையன் வில்லெய்து அவர்களை எதிர்கொண்டு தாக்கியிருக்கின்றான். ஆரியர் பலர் கூட்டமாக நின்று போரிட்டாலும் மலையனது வில்லுக்குத் தாக்குப்பிடிக்க முடியாமல் ஓடியிருக்கின்றனர் என்ற செய்தியை மேற்கண்ட பாடலிலிருந்து அறிய முடிகிறது. இந்தச் செய்தியுடன் விறலியிடமிருந்து விடுபட்டு, தோழியர் கூட்டத்துடன் விலகிச் செல்வதைப் பொருத்திக் காட்டுகிறார் புலவர்.

குறுந்தொகை

தலைவனும் தலைவியும் பாலை நிலம் வழியாக உடன்போக்கு செல்வதைக் கண்டோர் இரங்கிப் பாடியதாக ஏழாம் பாடல் அமைந்துள்ளது. கண்டோர் கூற்றான இப்பாடலைப் பாடியவர் பெரும்பதுமனார் ஆவார்.

“யார்கொல் அளியர் தாமே ஆரியர்
கயிறாடு பறையிற் கால்பொரக் கலங்கி
வாகை வெண்ணெற் றொலிக்கும்
வேய்பயில் அழுவம் முன்னியோரே”

என்ற பாடலடிகளுக்கு, “ஆரியக் கூத்தர்கள் கயிற்றில் ஆடுங்கால் முழங்கும் பறையின் ஓசை போல மேல்காற்று மோதுதலானே நிலை கலங்கி வாகையினது வெள்ளிய நெற்றுக்கள் ஒலித்ததற்கு இடமாகிய மூங்கில்கள் அடர்ந்த பாலை நிலத்தின் கண்ணே செல்லக் கருதிச் செல்லா நிற்போர்“ என்று பொ.வே. சோமசுந்தரனார் உரை எழுதுகிறார்.

பறை முழக்கத்தின் பின்னணி இசையில் கயிற்றின் மீதேறி கழைக்கூத்தாடி, வித்தை காட்டிப் பிழைப்பு நடத்தியவர்கள் ஆரியர்கள் என்ற செய்தியை அறிந்துகொள்ள முடிகிறது.

பதிற்றுப்பத்து

இமயவரம்பன் நெடுஞ்சேரலாதனைப் பாட்டுடைத் தலைவனாகக் கொண்டு குமட்டூர்க் கண்ணனார் பாடிய இரண்டாம்பத்தில் உள்ள 11 ஆம் பாடல் நெடுஞ்சேரலாதனின் வெற்றியையும் செல்வச் சிறப்பையும் பதிவு செய்திருக்கிறது.

“கவிர்ததை சிலம்பில் துஞ்சும் கவரி
பரந்து இலங்கு அருவியொடு நரந்தம் கனவும்
ஆரியர் துவன்றிய பேர் இசை இமயம்
தென்அம் குமரியொடு ஆயிடை
மன்மீக் கூறுநர் மறம் தபக் கடந்தே”

என்ற இப்பாடலில் ஆரியர் என்ற சொல் இடம் பெற்றுள்ளது.

“முள்முருக்க மரங்கள் அடர்ந்து வளர்ந்துள்ள இமயமலையின் பக்கமலையில் கவரிமான்கள் தூங்குகின்றன. அவ்வாறு தூங்கும்போது அவை பகற்பொழுதில் தாம் நீரருந்திய அருவியையும் உண்ட நரந்தம் புல்லையுமே கனவில் காணும் வாழ்க்கை உடையன. அவ்வாறு அமைதி நிறைந்ததும் முனிவர்கள் நிறைந்து விளங்கும் பெரும்புகழுடையதுமான இமயமலைக்கும் தென்திசையில் விளங்கும் அழகிய குமரிக்கும் இடைப்பட்ட நிலத்தே ஆளும் மன்னர்களுள் செருக்கால் தம்மை உயர்த்திக் கூறிக் கொள்பவர்களுடைய வீரம் அழியுமாறு அவர்களோடு எதிர்நின்று பொருது வென்றாய்” என்று உரை எழுதிச் செல்கிறார் அ. ஆலிஸ். இவர் ஆரியர் என்பதற்கு முனிவர்கள் என்று பொருள் தருவது விவாதத்திற்குரியது.

மேற்கண்ட பாடலுக்கு, “ஆரியர் நிறைந்து வாழும் பெரிய புகழையுடைய இமயம் தெற்கின் கண்ணுள்ள குமரியாகிய இவற்றிற்கு இடைப்பட்ட நாட்டிலுள்ள மன்னர்களுள் செருக்குற்று மீக்கூறும் மன்னர்களின் மறம் கெட்டழியுமாறு வஞ்சி யாது பொருது வென்றான்” என்று ஔவை சு. துரைசாமிப்பிள்ளை குறிப்பிடுகிறார்.

ஆரியர் என்பவர்கள் முனிவர்கள் என்ற பொருளில் துரைசாமிப்பிள்ளை கூறவில்லை. சேரமன்னன்

இமயவரம்பன் நெடுஞ்சேரலாதன் இமயம்வரை சென்று வெற்றிபெற்றான் என்ற செய்தியைப் பதிற்றுப்பத்தின் 11 ஆம் பாடல்வழி அறிகிறோம்.

அகநானூறு

பரணர் பாடிய 276 ஆம் மருதநிலப்பாடல் பரத்தையர் கூற்றாக அமைந்துள்ளது.

"தாரும் தானையும் பற்றி ஆரியர்
பிடிபயின்று தரூஉம் பெருங்களிறு போலத்"

என்ற பாடலடிகளில் ஆரியர் என்ற சொல் இடம்பெற்றுள்ளது. "ஆரியர் பழக்கி வைத்துள்ள பெண்யானை தான் பழகிக் கொணர்ந்து தரும் ஆண் யானை போல" என்று விளக்கம் தருகிறார் ந.மு. வேங்கடசாமி நாட்டார்.

பெண்யானைகளைப் பழக்கப்படுத்தி ஆண்யானைகளைப் பிடிக்கும் செயல்களைச் செய்தவர்களாக ஆரியர் இருந்திருக்கின்றனர்.

பாலைக்கொட்டிலார் 336 ஆம் மருதநிலப்பாடல் பரத்தையர் கூற்றாக அமைந்துள்ளது.

"மாரி யம்பின் மழைத்தோற் சோழர்
வில்லீண்டு குறும்பின் வல்லத்துப் புறமிளை
ஆரியர் படையின் உடைகவென்
நேரிறை முன்கை வீங்கிய வளையே"

என்ற பாடலில் ஆரியர் என்ற சொல் பயின்று வந்துள்ளது.

"வல்லத்துப் புறத்தேயுள்ள காவற்காட்டின்கண் வந்தடைந்த ஆரியரது படைபோல எனது நேரிய சந்தினையுடைய முன்கையில் திரண்ட வளைகள்

சிதைந்தொழிவனவாக" என்று ந.மு. வேங்கடசாமி நாட்டார் உரையெழுதியிருக்கிறார்.

வல்லம் என்ற ஊருக்குப் புறத்தில் உள்ள காவற்காட்டில் சோழருக்கும் ஆரியருக்குமிடையே போர் மூண்டது. இதில் ஆரியப்படை உடைந்து ஓடி விட்டதைப் போல என் வளையல்கள் உடைந்து போகட்டும் என்கிறாள் பரத்தை. சோழர்களின் போர்த்திறத்திற்கு ஈடுகொடுக்க முடியாமல் ஆரியர்கள் உடைந்து ஓடிவிட்டதை இப்பாடல் பதிவு செய்கிறது.

பரணரின் மருதத்திணையிலமைந்த 396 ஆம் பாடல் காதற்பரத்தைத் தலைமகனுக்குச் சொல்லுவதாக அமைந்துள்ளது.

"ஆரியர் அலறத் தாக்கிப் பேரிசைத்
தொன்றுமுதிர் வடவரை வணங்குவிற் பொறித்து
வெஞ்சின வேந்தரைப் பிணித்தோன்
வஞ்சி அன்னவென் நலந்தந்து சென்மே"

என்ற பாடலடிகளுக்கு, "ஆரிய மன்னர்கள் அலறுமாறு அவர்களைத் தாக்கிப் பெரிய புகழையுடைய பழையதாகிய முதிர்ந்த இமயமலையின் மீது வளைந்த விற்பொறியைப் பதித்து கொடிய சினம் பொருந்திய பகை வேந்தரைப் பிணித்து வந்தோனாகிய சேரனது வஞ்சி நகரையொத்த என் அழகினைத் தந்து செல்வாயாக" என்று உரை வகுக்கிறார் ந.மு. வேங்கடசாமி நாட்டார்.

நீ பிரிந்து சென்றால், சினங்கொண்டு ஆரியர்களைத் தாக்கி இமயத்தில் வளைந்த வில் சின்னத்தைப் பொறித்த சேரனின் தலைநகரமான வஞ்சி போன்ற என் அழகினைத் தந்து விட்டுச் செல் என்று பரத்தைத்

தலைவனைப் பார்த்துக் கூறுவதாக இப்பாடல் அமைந்துள்ளது.

மேற்கண்ட பாடற்செய்தியின் படி, சேரன் இமயமலையில் வில்லம்பு சின்னத்தைப் பொறித்தான் என்பதில், எந்தச் சேர மன்னன் என்ற செய்தி இடம்பெறவில்லை. தனித்துச் சேரமன்னர்களின் பெயர் குறிப்பிடாமல் பொதுவாகப் பதிவு செய்யப்பட்டுள்ளமையை அறிகிறோம்.

இம்மென்கீரனாரின் 398 ஆம் குறிஞ்சிநிலப் பாடல் தலைவனின் மலையிலிருந்து ஓடிவரும் ஆற்றோடு காதல் உணர்வுகளைத் தலைவி கூறுவதாக அமைந்துள்ளது.

“மாரி புறந்தர நந்தி ஆரியர்
நெடுவரை புரையும் எந்தை
கானத் தல்கி இன்றிவண்”

என்ற பாடலடிகளுக்கு, “ஆரியரது பொன் பொருந்திய நீண்ட இமயமலையை யொக்கும் எம் தந்தையது பலபூக்களுடைய காட்டில் அமர்ந்து இற்றைப் பொழுது இவ்விடத்தே சேர்ந்திருந்து செல்லின் நின் காரியம் ஏதேனும் கெடுவது உண்டோ“ என்று உரை எழுதுகிறார் ந.மு. வேங்கடசாமி நாட்டார்.

தமது தந்தையின் கானகத்தை ஆரியர் வாழும் இமயமலையின் வளத்துடன் ஒப்பிட்டுப் பேசுகிறாள் தலைவி. பொன்படு நெடுவரையாகிய இயமத்தில் ஆரியர்கள் வாழ்ந்து வந்தனர் என்ற செய்தியைப் பாடல் வழி அறியமுடிகிறது.

மதிப்பீடு

- ஆரியர் என்ற சொல் சங்க இலக்கியத்தில் ஏழு பாடல்களில் இடம்பெற்றுள்ளது.

- ஆரியர்கள் கழைக்கூத்தாடிகளாகவும் பெண் யானைகளைப் பழக்கியவர்களாகவும் இருந்திருக்கின்றனர். ஒருவேளை இவர்கள் வடபுலத்திலிருந்து தென்னகத்திற்கு வந்தப்பிறகு இந்த வேலைகளைச் செய்திருக்கலாம் எனக்கருத இடமிருக்கிறது.

- ஆரியர்கள் இமயமலையில் வாழ்ந்த முனிவர்கள் என்று உரையாசிரியர் ஆலிஸ் குறிப்பிடுவது விவாதத்திற்குரியது.

- சேரமன்னர்களும் சோழர்களும் இமயம் வரை சென்று ஆரியரை வீழ்த்தி வெற்றிக்கொடி நாட்டிய செய்தியைச் சங்கப்பாடல்கள் விவரிக்கின்றன.

- பெரும்பாலான பாடல்கள் ஆரியர்களை வெற்றி கொண்டவர்கள் சேரர்கள் என்ற செய்தியைப் புலப்படுத்துகின்றன.

- முள்ளூர் எனுமிடத்தில் மலையன் ஆரியருடன் போரிட்டுத் தமது வில் திறத்தால் விரட்டியடித்தான் என்று பதிவு செய்யப்பட்டுள்ளது. இங்கு மலையன் யார் என்பதற்குத் தெளிவான விளக்கம் இல்லை. உரையாசிரியர்களும் தெளிவாகப் பதிலளிக்கவில்லை எனலாம்.

- சேர, சோழ, பாண்டியர் (ஆரியப்படை கடந்த நெடுஞ்செழியன்) மூவருமே ஆரியரை வெற்றி கொண்டனர் என்பதைச் சங்கப் பாடல்கள் வழி அறிகிறோம்.

- மூவேந்தர்களின் வெற்றியை அடையாளப்படுத்த ஆரியர் தோல்வியைப் புனைவாக்கம் செய்து பாடியிருப்பார்களா? என்ற கேள்வியும் நமக்குள் இருக்கிறது.

- ஆரியர் என்ற சொல் சங்க இலக்கியத்திற்குப் பிறகு உருவான இலக்கியங்களில் பதிவு செய்யப்பட்டுள்ளதா? என்ற தேடல் மிக அவசியமாகிறது.

- திராவிடம் x ஆரியம் என்ற கருத்தியல் முரண் எப்போது உருவானது என்பதையும் சங்க இலக்கியப் பாடல்களோடு இணைத்து ஆராய வேண்டியிருக்கிறது.

- இமயமலையில் மக்கள் வாழ்ந்திருப்பார்களா? அரசன் ஆட்சி செய்திருப்பானா? இல்லை ஆரியர்கள் வாழ்ந்ததாகப் புனையப்பட்டுள்ளதா? என்ற கருத்தியலையும் திறனாய வேண்டியிருக்கிறது.

- ஆரியர் என்ற சொல்லுக்குப் பிராமணர், அந்தணர், பார்ப்பனர், ஐயர் என்ற பொருண்மையில் உரையாசிரியர்கள் அர்த்தம் கற்பிக்கவில்லை. ஒரு வேளை இந்தச் சொற்கள் எல்லாம் பிற்காலத்தில் எழுந்தவைகளாக இருக்கலாம்.

- ஆரியர் என்ற சொல் இடம் பெற்றிருக்கும் பாடல்கள் இடைச்செருகலா? பிற்காலத்தவையா? எனப் பல ஆய்வுகளுக்கான கருதுகோளை ஆரியர் என்ற சொல் நமக்குள் விதைத்துச் செல்கிறது.

துணை நூல்கள்

1. மாதையன், பெ., 2007 சங்க இலக்கியச் சொல்லடைவு, முதற்பதிப்பு, பதிப்புத்துறை, தமிழ்ப்பல்கலைக்கழக வெளியீடு, தஞ்சாவூர் – 613010.

2. சோமசுந்தரனார், பொ.வே. (உ.ஆ.), 1974, அகநானூறு

(மணிமிடைப் பவளம், நித்திலக்கோவை), முதற்பதிப்பு, தென்னிந்திய சைவசித்தாந்த நூற்பதிப்புக் கழகம், திருநெல்வேலி – 06.

3. பாலசுப்பிரமணியன், கு.வெ. (உ.ஆ.), 2004, நற்றிணை மூலமும் உரையும், முதற்பதிப்பு, நியு செஞ்சுரி புத்தக நிலையம், சென்னை – 98.

4. பின்னத்தூர் நாராயணசாமி ஐயர், (உ.ஆ.), 2007, குறுந்தொகை, முதற்பதிப்பு, தென்னிந்திய சைவசித்தாந்த நூற்பதிப்புக் கழகம், திருநெல்வேலி – 06.

5. வேங்கடசாமி நாட்டார், ந.மு., வேங்கடாசலம் பிள்ளை, ரா., (உ.ஆ.), 1961, அகநானூறு, முதற்பதிப்பு, தென்னிந்திய சைவசித்தாந்த நூற்பதிப்புக் கழகம், திருநெல்வேலி – 06.

6. சோமசுந்தரனார், பொ.வே., (உ.ஆ.), 2007, குறுந்தொகை, முதற்பதிப்பு, தென்னிந்திய சைவசித்தாந்த நூற்பதிப்புக் கழகம், திருநெல்வேலி – 06.

7. ஆலிஸ், அ. (உ.ஆ.), 2004, பதிற்றுப்பத்து மூலமும் உரையும், முதற்பதிப்பு, நியு செஞ்சுரி புத்தக நிலையம், சென்னை – 98.

8. துரைசாமிப்பிள்ளை, சு., (உ.ஆ.), 2007, பதிற்றுப்பத்து, முதற்பதிப்பு, தென்னிந்திய சைவசித்தாந்த நூற்பதிப்புக் கழகம், திருநெல்வேலி – 06.

9. இந்திரபாலா, கா., 2006, இலங்கையில் தமிழர், முதற்பதிப்பு, குமரன் புத்தக நிலையம், சென்னை, கொழும்பு.

10. பரமசிவன், தொ., 2001, பண்பாட்டு அசைவுகள், முதற்பதிப்பு, காலச்சுவடு பதிப்பகம், நாகர்கோவில்.

11. முதலியார். ஆ., 1981, அபிதான சிந்தாமணி, முதற்பதிப்பு, ஏசியன் எடுகேஷனல் சர்வீசஸ், சி - 2/15, எஸ்.டி.எ., புதுதில்லி – 110016.

12. கதிரைவேற் பிள்ளை. ந., 1981, தமிழ்மொழியகராதி, முதற்பதிப்பு, ஏசியன் எடுகேஷனல் சர்வீசஸ், சி - 2/15, எஸ்.டி.எ., புதுதில்லி – 16.

13. Thomas Lehmann And Thomas Malten, 1993, A WORD INDEX FOR CANKAM LITERATURE, 2nd Edition, Institute Of Asian Studies, Chemmancherry, Chennai – 19, Tamilnadu, India.

4. கங்கை

பண்டைத் தமிழ்ச் சமூகத்தின் வாழ்வியலை அறிந்து கொள்வதற்குச் சங்கப் பாடல்கள் உதவுகின்றன. சங்கப் பாடல்களில் பதிவு செய்யப்பட்டுள்ள சொற்களின் வாயிலாக வரலாற்றையும் அன்றைய காலத்து நிலவியல் சூழலையும் அறிந்துகொள்ள முடிகிறது. இன்று இந்தியா முழுமைக்கும் வெவ்வேறு மாநிலங்களில் கடலை நோக்கி விரையும் ஆறுகள், ஆறுகளை ஒட்டிய கோயில்கள் புனிதமான இடங்களாகக் கருதப்படுகின்றன. வட இந்திய மக்கள் இராமேஸ்வரத்தை நோக்கிப் பயணிப்பதையும் தென்னிந்திய மக்கள் காசியைத் தரிசிக்கப் பயணிப்பதையும் தொன்றுதொட்டுக் காண முடிகிறது. இவ்வாறான சூழலில் சங்க இலக்கியங்களில் கங்கை, வையை, காவிரி, பொருநை ஆறுகள் பற்றிய குறிப்புகள் காணக்கிடைக்கின்றன. இங்கு கங்கை என்ற சொல் எந்தெந்த நூல்களில் எத்தனை பாடல்களில் என்ன பொருண்மையில் பயன்படுத்தப்பட்டுள்ளது என்பதை ஆராயும் நோக்கில் இக்கட்டுரை அமைகிறது.

கங்கை – அறிமுகம்

கங்கை என்பது இந்தியா மற்றும் வங்கதேச நாடுகளின் வழியாகப் பாய்கின்ற ஒரு குறிப்பிடத்தக்க ஆறு. இந்தியாவின் தேசிய நதி எனக் கட்டமைக்கப்பட்டிருக்கிறது.

இமயமலையில் உத்தரகாண்டம் மாநிலத்திலுள்ள கங்கோத்ரியில் தொடங்கும் பாகிரதி நதியானது, தேவபிரயாக் எனுமிடத்தில் அலக்நந்தா ஆற்றுடன் கலந்து கங்கையாகிறது என்பர். பிறகு உத்தரப் பிரதேசம், பீகார் ஆகிய மாநிலங்கள் வழியாக, ஹூக்லி, பத்மா என இரு ஆறுகளாகப் பிரிந்து முறையே மேற்கு வங்காளம், வங்கதேசம் வழியாகச் சென்று மிகப்பெரிய வளமான கழிமுகத்தை உருவாக்கி வங்காள விரிகுடாவில் கலப்பதாக அறிகிறோம். இந்த ஆறு 2525 கி.மீ. ஓடுகிறது என்பர். ரிஷிகேஷ், ஹரித்வார், அலகாபாத், வாரணாசி, பட்னா, கொல்கத்தா போன்றவை இவ்ஆற்றின் கரையில் அமைந்த முக்கிய நகரங்களாகும்.

வங்கதேசத்தில் கங்கையாற்றைப் பத்மா என்று அழைப்பர். மில்லியன் கணக்கான இந்தியர்கள் தங்கள் வாழ்நாளில் அன்றாடத் தேவைகளுக்கு இந்த ஆற்றைச் சார்ந்து இருக்கின்றனர். மனிதர்கள் மட்டுமல்லாது பல்லாயிரக்கணக்கான உயிர்களுக்கும் இந்த ஆறுதான் வாழ்வாதாரம்.

வாரணாசியின் கங்கைக்கரையில் தினமும் கங்கை ஆற்றுக்கு ஆர்த்தி வழிபாடு நடத்தப்படுவதாக அறிகிறோம். இந்நிகழ்வை கங்கா ஆர்த்தி என்று குறிப்பிடுகின்றனர். யமுனை ஆறு, கோசி ஆறு, கோமதி ஆறு, காக்ரா ஆறு, கண்டகி ஆறு ஆகிய ஆறுகள் கங்கையாற்றின் துணை ஆறுகளாகக் கொள்ளப்படுகின்றன.

"கங்கை புண்ணிய நதியுருவானவள். இவள் வெண்ணிறமுடையவள். வலது கையில் கருநெய்தல், இடதுகையில் பூர்ணகும்பம், முதலைவாகனம், இமயவேந்தன் குமாரி. அக்கினியால் வகிக்கப்பட்ட

சிவவீரியத்தைச் சரவணத்தில் வைத்தவள். சுவர்க்கத்தில் மந்தாகினி எனவும் பூமியில் கங்கை எனவும் பாதாளத்தில் போகவதி எனவும் பெயர்பெற்றவள். சிவனின் தலையில் இருந்தவள்" என்று அபிதான சிந்தாமணி கங்கை குறித்து புராண ரீதியிலான விளக்கத்தைத் தருகிறது.

சங்க இலக்கியம் – கங்கை

சங்க இலக்கியமான எட்டுத்தொகை, பத்துப்பாட்டு நூல்களில் கங்கை என்ற சொல் இடம்பெறுகிறது.

"எட்டுத்தொகை நற்றிணையில் 189, 369 ஆம் பாடல்களிலும் அகநானூறு 265 ஆம் பாடலிலும் புறநானூறு 161 ஆம் பாடலிலும் பரிபாடல் 16 ஆம் பாடலில் 36 ஆவது அடியிலும் கங்கை என்ற சொல் இடம்பெறுகிறது. பத்துப்பாட்டுப் பெரும்பாணாற்றுப்படையில் 431 ஆவது அடியிலும் மதுரைக்காஞ்சியில் 696 ஆம் பாடலடியிலும் பட்டினப்பாலையில் 190 ஆம் அடியிலுமாகக் கங்கை என்ற சொல் பதிவுசெய்யப்பட்டுள்ளது" என்பர் பெ. மாதையன், தாமஸ்லெக்மன், தாமஸ்மால்டன்.

நற்றிணை

சங்க இலக்கிய அகநூல்களுள் ஒன்று நற்றிணை. நானூறு பாடல்களைக் கொண்டது. இந்நூலின் 189 ஆவது பாடலில் 'கங்கை' சொல் குறிப்பிடப்பட்டுள்ளது.

தலைவனின் பிரிவால் உடல்மெலிந்து வருத்தத்துடன் இருக்கின்ற தலைவியிடம், தலைவன் விரைந்து உன்னைக் காண வருவான் என உறுதிபடக்கூறி தோழி ஆற்றுவிப்பதாக, இப்பாடல் அமைந்துள்ளது. இப்பாடலைப் பாடிய புலவர் பெயர் குறிப்பிடப்படவில்லை.

தலைவியிடம் "கொடிய கொலைத்தொழிலைச் செய்வதில் வல்லவனாக இருக்கின்ற வேட்டுவன் விரித்துவைத்த வலையை அறுத்துவிட்டோடும் சேவல் புறா, சிலந்திப் பூச்சி தன் வாயின் நூலாலே கட்டிய வலையைக் கண்டு அஞ்சும். அத்தகைய சுழன்று அடிக்கின்ற சூறைக்காற்றை உடையதுமான சுரவழியில் தலைவன் சென்றார். அவரில்லாமல் சிறிதும் என்னால் வாழமுடியாது. இது அவருக்குத் தெரியும் இருப்பினும் அவர் இன்னும் என்னைக் காண வரவில்லை. அவ்வாறு வரவில்லையென்றால் அவர் எங்கு சென்றிருப்பார்? வருத்துகின்ற சினமுடைய தெய்வத்தின் சினத்தை நீக்கப் பாணர் சிறிய யாழின் நரம்பை இசைப்பதைப் போல, இனிய குருகுப் பறவைகள் இருக்கின்ற கங்கையாற்றின்கண் ஓடுகின்ற மரக்கலத்தில் ஏறி எங்கேயாவது சென்றிருப்பார் எனக் கருதுகிறாயா? வேறு ஏதேனும் தொழில் மேற்கொண்டு அகன்றிருப்பார்? என நினைக்கின்றாயா? அவர் ஓரிடத்தும் போகமாட்டார், வேறு செயலும் செய்யமாட்டார். அவர் இப்பொழுதே வருவார் நீ வருந்தாதே" என்கிறாள் தோழி என்பதை,

"தம் அலது இல்லா நம் நயந்து அருளி
இன்னும் வாரார் ஆயினும் சென்னியர்
தெறல் அருங் கடவுள் முன்னர் சீறியாழ்
நரம்பு இசைத்தன்ன இன்குரற் குருகின்
கங்கை வங்கம் போகுவர் கொல்லோ
எவ்வினை செய்வர்கொல் தாமே வெவ்வினை"

(நற்.பா.எ. 189)

என்ற பாடல்வழி அறியலாம். இந்தப் பாடலில் இடம்பெற்றுள்ள கங்கை வங்கம் என்ற சொல் தலைவன் தொழில் நிமித்தமாக வடபகுதிக்குச் சென்றிருக்கலாம்

என்பதை உணர்த்துகிறதா? குருகுகள் நிரம்பி இருக்கின்ற கங்கை ஆறு எனக் காட்சிப்படுத்துவதன் வழி பாடலை இயற்றியப் புலவருக்குக் கங்கையாறு குறித்துத் தெரிந்திருக்கிறதா? கங்கையாற்றை இங்கே குறியீடாகப் பயன்படுத்த வேண்டிய அவசியம் ஏன் வந்தது? ஒருவேளை கங்கை என்று குறிப்பிட்டதனால் தலைவியை மறந்து துறவற மனநிலைக்குச் சென்றிருப்பானா? இல்லை தலைவியை ஆற்றுப்படுத்துதலுக்காகத் தோழி கங்கையை ஓர் உவமைக்காகப் பயன்படுத்தியிருப்பாளா? எனப்பல கேள்வி எழுகிறது. அந்தக் காலத்திலேயே படைப்பாளிகளுக்குக் கங்கை பற்றிய அறிமுகம் இருந்திருக்கிறது என்பது தெளிவாகிறது.

நற்றிணை 369 ஆவது நெய்தல் திணை தலைவி கூற்றுப் பாடலிலும் கங்கைப் பேர்யாற்றுக் கரை என்பது இடம்பெற்றுள்ளது. இந்தப் பாடலைப் பாடியவர் மதுரை ஓலைக்கடையத்தூர் நல்வெள்ளையார் என்பவர் ஆவார். காதலை முறையாகத் தலைவி வெளிப்படுத்திய பிறகு, தலைவன் திருமணத்தை இடை வைத்துப் பொருள்வயிற் பிரிந்தான். இருப்பினும் அவனின் பிரிவை மனம் ஏற்க மறுக்கிறது. ஒவ்வொரு நாள் மாலைப்பொழுதும் பிரிவுத் துன்பத்தை அனுபவிக்கிறேன் எனத் தோழியிடம்,

ஞெமை மரங்கள் ஓங்கி உயர்ந்த இமயமலையின் உச்சியினிடத்து வானிலிருந்து மலை வீழ்ந்தால் உண்டாகும் வெள்ளிய அருவியை உடைய பெரிய கங்கையாற்றைக் கரை கடந்து நீர் இறங்கி, அணையை உடைக்கும் வெள்ளம் போன்று பெருகி வரும் என் நிறையை அழிக்கும் காமவெள்ளத்தை நான் எவ்வாறு

நீந்துவேன் என்பதை அறிய மாட்டேன். நான் எவ்வாறு பிழைப்பேனோ? என்பதை,

> "ஞெமை ஓங்கு உயர்வரை இமையத்து உச்சி
> வாஅன் இழிதரும் வயங்கு வெள் அருவிக்
> கங்கைஅம் பேர் யாற்றுக் கரை இறந்து இழிதரும்
> சிறை அடு கடும்புனல் அன்ன என்
> நிறை அடு காமம் நீந்துமாறே" *(நற்.பா.எ.369)*

என்ற பாடல் வெளிப்படுத்துகிறது. இந்தப் பாடலில் தலைவியின் பிரிவுத்துயரத்திற்குப் (காமவெள்ளம்) பெரிய கங்கையாற்றங்கரையில் பெருகிவரும் வெள்ளம் உவமையாகப் பயன்படுத்தப்பட்டுள்ளது. இப்பாடலில் கங்கையாற்றின் தோற்றம் இமயமலை என்பதைப் பதிவு செய்கிறார் இப்புலவர். மேற்கண்ட இரண்டு பாடல்களிலும் தலைவியின் பிரிவுத்துன்பத்திற்கு உவமையாகக் கங்கையாறு பயன்படுத்தப் பட்டுள்ளமையை அறிகிறோம்.

அகநானூறு

அகநானூறு 265 ஆம் பாலைத்திணை தலைவி கூற்றுப் பாடலில் கங்கை என்ற சொல் இடம்பெற்றுள்ளது. தலைவன் தலைவியைப் பிரிந்து பொருளீட்டச் செல்கிறான். ஆனால், அவன் குறித்த நேரத்தில் வரவில்லை, காலம் நீட்டிக்கிறான். இதனால், மனம் வருந்திய தலைவி தோழியிடம்,

நம்மைவிட உறுதி தருவதாக எண்ணிச் சென்று தேட முனைந்துள்ள பொருளானது, அகற்சியுடைய விண்ணகப் பரப்பில் உயர்ந்து தோன்றி, புகைபோல் பொலிவுற்றுத் திகழ்ந்து, எரிகின்ற தீச்சுடர் போன்று, தோற்றம் தரும் பனிப்பொழுதும் இமயமாகிய

மலையைவிட மிகப்பெரிதோ? அன்றிப் பல்வகைப் புகழும் போர்வெல்லும் ஆற்றலும் உடைய நந்தர் என்பவரது சிறப்புமிக்கப் பாடலிபுரத்திலே ஈட்டித் திரட்டிக் குவித்து வைத்திருந்து, பின்னர் கங்கையாற்றின் நீரடியில் மறைந்தொழிந்த நிதியம் போன்ற பெரும்பொருளோ? இவ்விரண்டும் இல்லையாயின் நம் தலைவர் நம்மைத் துறந்து சென்ற காரணம்தான் என்ன? என்பதை,

"புகையின் பொங்கி வியல்விசும்பு உகந்து
பனிஊர் அழற்கொடி கடுப்பத் தோன்றும்
இமயச் செவ்வரை மானும் கொல்லோ?
பல்புகழ் நிறைந்த வேல்போர் நந்தர்
சீர்மிகு பாடலிக் குழீஇக் கங்கை
நீர்முதல் கரந்த நிதியம் கொல்லோ?
எவன்கொல் வாழி தோழி" (அக.பா.எ.265)

என்ற பாடல் வழி அறியலாம். இப்பாடலில் கங்கையை நந்தனின் வரலாற்றோடு இணைத்துப் பேசுகிறது. இந்தப் பாடலிலும் தலைவியின் பிரிவுத்துயருக்குக் கங்கையாறு பேசப்பட்டுள்ளது.

புறநானூறு

புறநானூறு 161 ஆவது பாடலில் கங்கை என்ற சொல் இடம் பெற்றுள்ளது. குமணனின் வள்ளல்தன்மையைப் பெருஞ்சித்திரனார் புகழ்ந்து பாடி யானை (பகடு) பரிசாகப் பெற்றத் தகவலை இப்பாடல் பதிவு செய்கிறது. இது பரிசில் துறையிலமைந்த பாடாண்திணைப் பாடலாகும்.

பெரிதாக ஒலிக்கின்ற பரப்பினையுடைய கடல்நீர் குறைபட நீரை முகந்து கொண்டு வேகமாகச் செல்லக்கூடிய மழைமேகங்கள் வேண்டிய இடத்தில்

திரளாகக் குவிந்து ஒரு பெரிய மலைபோல் காட்சியளித்தன. சூல் முதிர்ந்து இடி, மின்னல் முதலாகிய தொகுதியுடன் இணைந்து மழை முறையாகப் பொழிந்தது. அவ்வாறு வளத்தை அளிக்கக்கூடிய மழை இல்லாத கோடை காலத்தில் அனைத்து உயிரினங்களும் நீருண்ணச் செல்லும் கங்கையில் கரை பொருந்தி வெள்ளம் நிறைந்திருக்கும். எல்லா உயிர்களும் நீர் உண்பதற்குக் காரணமாக இருக்கின்ற கங்கைப் பெருவெள்ளத்தைப் போல குமண வள்ளலே நீயும் எங்களுக்கும் பிறருக்கும் தலைமையாக இருந்து பாதுகாக்கிறாய் என்பதை,

நீண்டு ஒலி அழுவம் குறைபட முகந்து கொண்டு
ஈஃண்டு செலல் கொண்மூ வேண்டுவயின் குழீஇ
பெருமலை அன்ன தோன்றல சூழ் முதிர்பு
உரும் உரறு கருவியொடு பெயல் கடன் இறுத்து
வள மழை மாறிய என்றூழ்க் காலை
மன்பதை எல்லாம் சென்றும் உண, கங்கைக்
கரை பொரு மலிநீர் நிறைந்து தோன்றியாங்கு
எமக்கும் பிறர்க்கும் செம்மலை ஆகலின்" *(புற.பா.எ.161)*

என்ற புறநானூற்றுப்பாடல் உணர்த்துகிறது. இப்பாடலில் பெருஞ்சித்திரனார் மழை பெய்வதற்குரிய அறிவியலை மட்டும் சொல்வதல்லாமல் கங்கை நீர் எவ்வாறு பல்உயிர்களுக்கு உணவு ஆதாரமாக இருக்கிறது என்பதைக் குறிப்பிடுகிறது. பல்லுயிர்களுக்குப் பயன்படும் கங்கையாற்றைப் போல நீயும் பலருக்குப் பயன்படக்கூடிய மனிதராக இருக்கிறாய் என்று புகழ்ந்துரைக்கிறார் புலவர்.

அன்றைய காலத்திலிருந்து இந்தியாவில் ஓடும் நதிகளைப் பற்றிய புரிதலும் அறிமுகமும்

பழந்தமிழர்களுக்கு இருந்திருக்கின்றன. குறிப்பாக, சூழலியப் பன்மைத்துவம் குறித்த பார்வை அவர்களுக்கு இருந்திருக்கிறது.

பரிபாடல்

பரிபாடல் நூலிலுள்ள 16 ஆவது வைணவப் பாடலில் கங்கை என்ற சொல் இடம்பெற்றுள்ளது. நல்லழிசியார் பாடி நல்லச்சுதனார் இசையமைத்து நோதிறப் பண்ணில் உருவான பாடல் இது.

காதற்பரத்தையுடன் வையையில் நீராடிய தலைவன் தலைவியை ஏற்றுக்கொள்ளச் சொல்லித் தோழியிடம் வாயில் வேண்டுகிறான். அவள் வையையில் நீராடியவாறே வாயில் மறுத்துக் கூறுவதாக இப்பாடல் அமைந்துள்ளது.

மலையிலிருந்து இறங்கிவரக்கூடிய அருவி சமவெளி நிலத்தை அடைந்து இருகரைகளிலும் உள்ள மலர்கள் பூக்கக்கூடிய மரங்களைச் சார்ந்து பூக்களைக் கொணர்ந்து வருகிறது. மரங்களில் வீழ்ந்த மலர்களும் மகளிரும் மைந்தரும் சூடிப்போட்ட மலர்களும் ஆற்றின் உடல்முழுவதும் மலர்களால் மூடப்பட்டுக் கிடக்கிறது. விண்மீன்களாகிய முத்துகள் பூத்து விளங்கும் வானத்திலிருந்து பெரிய கங்கையாறு போன்று இந்த வையை ஒத்திருக்கிறது. வண்டுகள் ஒலிக்கும் வையை ஆற்றுக்கு இது இயல்பானதாகும் என்பதை,

"மலையின் இழி அருவி மல்கு இணர்ச் சார்ச் சார்க்
கரைமரம் சேர்ந்து கவினி மடவார்
நனைசேர் கதுப்பினுள் தண்போது மைந்தர்
மலர்மார்பின் சோர்ந்த மலர் இதழ் தாஅய்
மின்ஆரம் பூத்த வியன் கங்கை நந்திய

வானம் பெயர்ந்த மருங்கு ஒத்தல் எஞ்ஞான்றும்
தேன் இமிர் வையைக்கு இயல்பு" *(பரி.பா.அடி. 32 – 38)*

என்ற பாடல் வெளிப்படுத்துகிறது. வையை ஆறு கங்கையாறு போன்ற தோற்றமுடையது என்கிறார் புலவர். வையையும் கங்கையையும் ஒப்புமைப்படுத்திருப்பது கவனத்திற்குரியதாகும். பரிபாடலில் செவ்வேள், திருமால் ஆகிய கடவுள்களைப் பற்றிப் பாடல்கள் பாடப்பட்டிருந்தாலும் அவற்றோடு கங்கையைப் புலவர்கள் இணைக்கவில்லை. வையை என்ற ஆற்றோடுதான் இணைத்துப் பேசுகிறார் என்பது கவனிக்கத்தக்கதாகும்.

பத்துப்பாட்டு – கங்கை

பத்துப்பாட்டில் பெரும்பாணாற்றுப்படை, மதுரைக்காஞ்சி, பட்டினப்பாலை ஆகிய மூன்று நூல்களில் உள்ள பாடலடிகளில் கங்கை என்ற சொல் பதிவு செய்யப்பட்டுள்ளது.

பெரும்பாணாற்றுப்படை

பத்துப்பாட்டு நூல் வரிசையில் நான்காவதாக இடம்பெறுவது பெரும்பாணாற்றுப்படை. தொண்டைமான் இளந்திரையனைச் சிறப்பித்துக் கடியலூர் உருத்திரங்கண்ணனார் பாடிய பாடலடிகள் பெரும்பாணாற்றுப்படை நூலாக அமைந்துள்ளது.

அரசனது அரண்மனை முற்றச் சிறப்பைப் பற்றிப் பாடும் பகுதியில் கங்கை என்ற சொல் இடம்பெற்றுள்ளது. தேவர்கள் உறைகின்ற உச்சியை உடையதும் வெண்மையான அலைகளையுடைய நீர் கிழித்தோடுதலால் விளங்குகின்ற ஒளியையுடையதும் நெடிய சிகரத்தினின்றும் பொன்னைக் கொழித்துக்

கொண்டு குதிப்பதும் மக்கள் கடத்தற்கு அரிதாகவும் உள்ள கங்கையாற்றைக் கடந்து செல்ல விரும்பும் மக்கள், ஆற்றில் இயக்கப்படும் தோணி ஒன்றேயாதலால் அது வரும் காலம்பார்த்து அங்கேயே உறங்கிக் கிடந்ததைப் போல கெட்டுப்போகாத திறைப்பொருள்களுடன் நெருங்கித் திரண்டு உள்ளே நுழைய காலம் பெறாமையால் அதனை எதிர்பார்த்துக் காத்திருக்கின்ற மன்னர்கள் நிறைந்து செழித்த அரண்மனை முற்றம் இளந்திரையனுடையது என்பதை,

"இமையவர் உறையும் சிமையச் செவ்வரை
வெண்திரை கிழித்த விளங்குசுடர் நெடுங்கோட்டுப்
பொன்கொழித்து இழிதரும் போக்குஅருங் கங்கைப்
பெருநீர் போகும் இரியல் மாக்கள்
ஒருமரப் பாணியில் தூங்கி யாங்கு
தொய்யா வெறுக்கையோடு துவன்றுபு குழீஇ
செவ்வி பார்க்கும் செழுநகர் முற்றத்து"

- (பெரும்.பா.அடி. 429 – 435)

என்ற பாடலடிகள் உணர்த்துகின்றன. இந்தப் பாடலடிகள் கங்கையைக் கடக்கக் கலத்திற்காக மக்கள் கூட்டமாகக் காத்திருப்பதைப்போல இளந்திரையனைக் காண அவனது அரண்மனை முற்றத்தில் திறை செலுத்தும் மன்னர்கள் திரளாகக் காத்துக்கிடக்கின்றனர் என்று உவமையாகக் குறிப்பிடுகின்றன. கங்கையாறு மன்னனின் பெருமையைக் கூற உவமைப் படுத்தப்படுகிறது. கங்கை குறித்த புரிதல் பார்வை தென் பகுதியில் வாழ்ந்திருக்கிற உருத்திரங்கண்ணனாருக்குத் தெரிந்திருக்கிறது என்பதாக அறிய முடிகிறது.

மதுரைக்காஞ்சி

பத்துப்பாட்டுத் தொகுப்பு வரிசையில் ஆறாவதாக இடம்பெறுவது மதுரைக்காஞ்சி. 782 அடிகளைக் கொண்டு ஆசிரியப்பாவாலும் இடையிடையே வஞ்சிப்பாவும் கலந்து பாடப்பட்ட நூல். வஞ்சிப்பாவின் அடி எல்லைக்கு நச்சினார்க்கினியர் மதுரைக்காஞ்சியை மேற்கோளாகச் சுட்டுவார். தலையாலங்கானத்துச் செருவென்ற பாண்டிய நெடுஞ்செழியனுக்கு வீடுபேற்றையும் நிலையாமைக் கருத்துகளையும் செவி அறிவுறுத்துவதற்காக மாங்குடி மருதனாரால் பாடப்பட்ட நூல் இது. இத்தகைய சிறப்புப் பொருந்திய மதுரைக்காஞ்சி நூலின் 696 ஆம் பாடலடியில் கங்கை என்ற சொல் இடம்பெற்றுள்ளது.

பாண்டிய மன்னர்கள் பகைவர் நாட்டை அழித்துப் பெற்ற செல்வவளத்தைப் பற்றிக் குறிப்பிடுகையில் கங்கைப் பேரியாற்றை மாங்குடி மருதனார் உவமைப்படுத்துகிறார்.

மழவரை விரட்டியடித்துப் பெற்ற யானைகள், குதிரை, வேட்டுவரிடமிருந்த பெற்ற பசுந்திரள், மதிற்கதவுகள், திறைப்பொருள்கள் ஆகிய அனைத்தும் மதுரை நகரினுள் புகும் காட்சி, கங்கைப் பேரியாறு பல முகமாகக் கடலில் கலப்பதைப் போன்றதாகும் என்பதை,

"நாள்தர வந்த விழுக்கலம் அனைத்தும்
கங்கை அம்பேர் யாறு கடற்படர்ந்தாஅங்கு
அளந்து கடை அறியா வளம்கெழு தாரமொடு"

(மது.காஞ்.பா.அடி.695 – 697)

என்ற பாடலடிகள் வழி அறியமுடிகிறது. பகைவரிடமிருந்து பெற்ற பல பொருட்களுக்குப்

பெரிய கங்கை ஆறு கடலில் கலப்பதை உவமையாகக் குறிப்பிடுவதைக் காணமுடிகிறது. இங்கும் கங்கையாற்றின் பேரளவு மட்டும்தான் பதிவுசெய்யப்பட்டுள்ளது. இந்நூல் வீடுபேற்றையும் நிலையாமையையும் சுட்டியிருந்தாலும் ஓரிடத்தில் கங்கையைச் சமயப்புனித இடமாகக் குறிப்பிடவில்லை என்பது ஆராயத்தக்கதாகும்.

பட்டினப்பாலை

கரிகாற்பெருவளத்தானைப் பாட்டுடைத் தலைவனாகக் கொண்டு கடியலூர் உருத்திரங்கண்ணனார் பாடிய இந்நூல் 301 அடிகளைக் கொண்டது. காவிரிப்பூம்பட்டினத்தைச் சிறப்பித்துக்கூறிய பாலைத்திணைப் பாடலடிகள் என்று இதனைக் குறிப்பிடுவர். தலைவன் பயணம் தவிர்த்து தன் நெஞ்சுக்குக் கூறுவதாய் இந்நூல் அமைந்துள்ளது. இந்நூலின் 190 ஆவது பாடலடியில் கங்கை என்ற சொல் இடம்பெற்றுள்ளது.

காவிரிப்பூம்பட்டினத்தின் தெருக்களில் இந்தியாவின் பல்வேறு பகுதிகளிலிருந்தும் கீழ்த்திசைக் கடற்பகுதிகளான அரேபியா, ஈழநாடு, கடாரநாடு, சீன நாடுகளிலிருந்தும் நீர் வழியாகவும் நிலத்தின் வழியாகவும் பல்வேறுவிதமான உற்பத்திப் பொருட்கள் புகார் நகரத்தில் விற்பனை செய்வதற்காகக் கொண்டு வரப்பட்டன என்று குறிப்பிடுகிறபோது, கங்கையாற்றைச் சார்ந்த பகுதிகளில் உற்பத்தியாகும் பொருள்களும் காவிரிக் கரைப்பகுதிகளில் விளையும்பொருட்களும் எடுத்து வரப்பட்டன என்பதை,

“செல்லா நல்லிசை அமரர் காப்பின்
நீரின் வந்த நிமிர் பரிப் புரவியும்

காலின் வந்த கருங்கறி மூடையும்
வடமலைப் பிறந்த மணியும் பொன்னும்
குடமைலப் பிறந்த ஆரமும் அகிலும்
தென்கடல் முத்தும் குணகடல் துகிரும்
கங்கை வாரியும் காவிரிப் பயனும்”

(பட்.பா.அடி.184 – 190)

என்ற பாடலடிகள் மூலம் அறிய முடிகிறது. இங்கு வாரி என்பதற்கு வருவாய் (யானை, மாணிக்கம், முத்து, பொன் முதலிய) என உரையாசிரியர்கள் விளக்கம் தருகின்றனர். கங்கையாற்றின் பகுதிகளில் என்ன பொருள்கள் உற்பத்தியாயின என்ற செய்திகள் இல்லை. பொதுவாகச் சொல்லப்பட்டிருக்கிறது.

மதிப்பீடு

- நற்றிணை, அகநானூற்றுப் பாடல்களைப் பாடிய புலவர்கள் தலைவியின் பிரிவுத்துன்பத்திற்குக் கங்கையாற்றை உவமைப்படுத்தியுள்ளனர். கங்கையின் தோற்றம் இமயமலை என்ற செய்தியையும் அறிய முடிகிறது. புறநானூற்றுப் பாடல் மன்னனின் வள்ளல் பண்பு பயன்படுவதைப்போல கங்கையாறு பல உயிரினங்களுக்கு வாழ்வாதாரமாக இருக்கிறது எனக் குறிப்பிடுகிறது.
- பெரும்பாணாற்றுப்படை மன்னனது அரண்மனை முற்றப் பெருமையைக் கங்கையாற்றின் பரப்போடு பொருத்திப் பேசுகிறது.
- மதுரைக்காஞ்சி மன்னனின் வெற்றியால் கிடைத்தத் திறைப்பொருள்களைக் கங்கை கடலோடு கலத்தலுடன் ஒப்பிட்டுப் பேசுகிறது.

- பட்டினப்பாலை காவிரிப்பூம்பட்டினத்தின் தெருக்களுக்குக் கங்கையாற்றின் கரைகளில் விளைந்த பொருட்கள் விற்பனைக்குக் கொண்டுவரப்பட்டன என்கிறது.

- இந்தியாவின் தென்பகுதியில் வாழ்ந்த ஒரு சில படைப்பாளிகள் மட்டும் கங்கையாறு பற்றிய செய்திகளைத் தமது பாடல்களில் பதிவு செய்திருக்கின்றனர்.

- சங்க இலக்கியத்தில் குறைந்த பாடல்களில் மட்டுமே கங்கையாறு பற்றிய பதிவு இடம்பெற்றிருக்கிறது. ஒருவேளை இந்தப் புலவர்கள் கங்கையைப் பார்த்திருக்கலாம் அல்லது கங்கை பற்றிக் கேள்விப்பட்டிருக்கலாம்.

- கங்கையாறு புனிதம் என்ற பொருண்மையில் எந்தப் புலவரும் தமது கருத்துகளை வலிந்து பதிவு செய்யவில்லை, திணிக்கவில்லை. குறிப்பாக, சிவனின் தலையில் கங்கை என்ற பதிவில்லை.

- பிற்காலத்தில் பௌராணிக மரபில் கடவுள்களை மரம், குளம், தீர்த்தம், விலங்கு, பறவை, ஆறு என்று இணைக்கிறபோது இவைகள் புனிதமயமாக்கப்பட்டிருக்கலாம். அதற்கு முன்பு இவை இயல்பான உயிர்கள் அவ்வளவுதான்.

- இந்தியாவில் உள்ள ஆறுகள் எல்லாம் எப்போது மதத்தோடு இணைத்துப் பேசப்பட்டது என்பது குறித்து ஆராய வேண்டியத் தேவையிருக்கிறது.

துணை நூல்கள்

1. மாதையன். பெ., 2007 சங்க இலக்கியச் சொல்லடைவு, முதற்பதிப்பு, பதிப்புத்துறை, தமிழ்ப்பல்கலைக்கழக வெளியீடு, தஞ்சாவூர் - 613010.

2. நாராயணசாமி. அ., (உ.ஆ.), 1967, நற்றிணை நானூறு, முதற்பதிப்பு, தென்னிந்திய சைவசித்தாந்த நூற்பதிப்புக் கழகம், திருநெல்வேலி – 06.

3. பாலசுப்பிரமணியன். கு.வெ., (உ.ஆ.), 2004, நற்றிணை மூலமும் உரையும், முதற்பதிப்பு, நியூ செஞ்சுரி புக் ஹவுஸ் (பி) லிட், 4பி, சிட்கோ இண்டஸ்டிரியல் எஸ்டேட், அம்பத்தூர், சென்னை - 98.

4. வேங்கடசாமி நாட்டார். ந.மு., வேங்கடாசலம் பிள்ளை. ரா., 1961, அகநானூறு, முதற்பதிப்பு, தென்னிந்திய சைவசித்தாந்த நூற்பதிப்புக் கழகம், திருநெல்வேலி – 06.

5. செயபால்.இரா., (உ.ஆ.), அகநானூறு மூலமும் உரையும், 2004, முதற்பதிப்பு, நியூ செஞ்சுரி புக் ஹவுஸ் (பி) லிட், 4பி, சிட்கோ இண்டஸ்டிரியல் எஸ்டேட், அம்பத்தூர், சென்னை - 98.

6. பாலசுப்பிரமணியன். கு.வெ., (உ.ஆ.), 2004, புறநானூறு (தொகுதி – 1), முதற்பதிப்பு, நியூ செஞ்சுரி புக் ஹவுஸ் (பி) லிட், 4பி, சிட்கோ இண்டஸ்டிரியல் எஸ்டேட், அம்பத்தூர், சென்னை - 98.

7. பாலசுப்பிரமணியன். கு.வெ., (உ.ஆ.), 2004, பரிபாடல் மூலமும் உரையும், முதற்பதிப்பு, நியூ செஞ்சுரி புக் ஹவுஸ் (பி) லிட், 4பி, சிட்கோ இண்டஸ்டிரியல் எஸ்டேட், அம்பத்தூர், சென்னை - 98.

8. மோகன். இரா., (உ.ஆ.), 2004, பத்துப்பாட்டு (முதற் பகுதி) மூலமும் உரையும், முதற்பதிப்பு, நியூ செஞ்சுரி புக் ஹவுஸ் (பி) லிட், 4பி, சிட்கோ இண்டஸ்டிரியல் எஸ்டேட், அம்பத்தூர், சென்னை - 98.

9. நாகராசன். வி., (உ.ஆ.), 2004, பத்துப்பாட்டு (இரண்டாம் பகுதி) மூலமும் உரையும், முதற்பதிப்பு, நியூ செஞ்சுரி புக் ஹவுஸ் (பி) லிட், 4பி, சிட்கோ இண்டஸ்டிரியல் எஸ்டேட், அம்பத்தூர், சென்னை - 98.

10. சிங்காரவேலு முதலியார். ஆ., 1981, அபிதான சிந்தாமணி, முதற்பதிப்பு, ஏசியன் எடுகேஷனல் சர்வீசஸ், சி - 2/15, எஸ். டி.எ., புதுதில்லி – 110016.

11. கதிரைவேற் பிள்ளை. ந., 1981, தமிழ்மொழியகராதி, முதற்பதிப்பு, ஏசியன் எடுகேஷனல் சர்வீசஸ், சி - 2/15, எஸ்.டி.எ., புதுதில்லி – 16.

12. வாழ்வியற் களஞ்சியம் (தொகுதி – ஒன்று), 1986, முதற்பதிப்பு, பதிப்புத்துறை, தமிழ்ப்பல்கலைக்கழக வெளியீடு, தஞ்சாவூர் – 613010.

13. Thomas Lehmann And Thomas Malten, 1993, A WORD INDEX FOR CANKAM LITERATURE, 2nd Edition, Institute Of Asian Studies, Chemmancherry, Chennai – 19, Tamilnadu, India.

5. பிசிர்

ஒரு மொழியில் உள்ள சொற்களின் எண்ணிக்கையைக் கொண்டு அதன் பழமையை, வளத்தைப் புரிந்து கொள்கிறோம். அந்தச் சொற்கள் பேச்சு வழக்கிலும் எழுத்து வழக்கிலும் பயன்படுத்தப்படுகின்றனவா? என்பது குறித்து ஆராய வேண்டியிருக்கிறது. தொல் சமூகத்தில் பயன்பாட்டில் இருந்த ஒரு சொல் சமகாலம் வரையிலும் நிலைத்து நிற்காமைக்கான காரணத்தையும் எந்தக் காலம் வரை வழக்கில் இருந்தது என்பது பற்றியத் தொடர் ஆய்வும் இன்றையத் தேவையாய் இருக்கிறது. குறிப்பாக, பிசிர் என்ற சொல் சங்கப் பாடல்களில் இடம்பெற்றிருக்கிறது. அந்தச் சொல்லின் பொருளை ஆராயும் நோக்கில் இக்கட்டுரை அமைகிறது.

பிசிர்

பிசிர் என்ற சொல் நற்றிணையில் 67, 299 ஆம் பாடல்களிலும் ஐங்குறுநூற்றில் 461 ஆம் பாடலிலும் பதிற்றுப்பத்தில் 11, 17, 25, 41, 42, 60, 62, 72 ஆகிய பாடல்களிலும் பரிபாடலில் 6 ஆம் பாடலிலும் அகநானூற்றில் 210, 250, 283 ஆகிய பாடல்களிலும் புறநானூற்றில் 225 ஆம் பாடலிலும் படைப்பாளிகளால் பயன்படுத்தப்பட்டுள்ளது. ஆக, 16 பாடல்களில் பிசிர் என்ற சொல் இடம்பெற்றுள்ளது என்பது குறிப்பிடத்தக்கது. இதனோடு பிசிர என்ற சொல்

பதிற்றுப்பத்தில் 15,40,50 ஆகிய பாடல்களிலும் பிசிரோன் என்ற சொல் புறநானூற்றில் 215 ஆம் பாடலிலும் பிசிராந்தை என்ற சொல் புறநானூறு 67 ஆம் பாடலிலும் இடம்பெற்றுள்ளது.

'பிசிர்' என்பதற்குத் 'துளிமழை' எனப் பொருள் தருகிறது ந.கதிரைவேற்பிள்ளையின் தமிழ்மொழியகராதி.

'பிசிர் – இது பாண்டிய மண்டலத்தில் உள்ளதோர் ஊர்' என்கிறது அபிதான சிந்தாமணி.

நற்றிணை

தொகைநூல்களுள் முதன்மையாகக் கருதப்படுகின்ற நற்றிணையில் 67, 299 ஆகிய பாடல்களில் பிசிர் என்ற சொல் இடம்பெற்றுள்ளது.

பகற்குறி வந்துநீங்கும் தலைமகனைத் தோழி வரைவுகடாயதாக அமைந்த பாடலைப் பேரிசாத்தனார் பாடியுள்ளார்.

"மாலைப்பொழுதாயிற்று எமது கடல்துறை யாரும் இன்றித் தனிமை கொண்டது. எம் சுற்றத்தாரும் மீன் வேட்டையின் பொருட்டுக் கடலிற் சென்று விட்டனர். வரும் வழி துன்பமுடையது. ஆகவே, பொங்குகின்ற பிசிரையும் முழவு இசைப்பது போன்ற ஒலியையும் கொண்ட அலை எழுந்து உடைந்து விழுகின்ற கடற்கரையில் உள்ள நெய்தல் நிலத்தில் நாங்கள் வாழுகின்ற எமது ஊரில் நீங்கள் இன்று இரவு தங்கிச் செல்வதால் என்ன குறை வருமோ?" எனத் தோழி தலைவியின் பிரிவாற்றாமையைக் கூறுவது போல குறிப்பினால் வரைவு தோன்றக் கூறுவதாக இப்பாடல் அமைந்துள்ளது.

"பொங்கு பிசிர்
முழவு இசைப்புணரி எழுதரும்
உடை கடற் படப்பை எம் உறைவின் ஊர்க்கே?"

என்ற பாடலில் (நற்றிணை, 67) பொங்கு பிசிர் என்பதற்குப் பொங்கும் நுரை என விளக்கமளித்துள்ளதைக் காணமுடிகிறது. இதனைப் பொங்கும் நீர்த்துளி எனவும் அர்த்தப்படுத்துவர்.

வடம வண்ணக்கன் பேரிசாத்தனார் பாடிய 299 ஆம் நெய்தல் நிலப் பாடல், சிறைப்புறத்தானாக இருக்கும் தலைவனுக்குத் தோழி சொல்லியதாக அமைந்துள்ளது.

"வில்எறி பஞ்சி போல மல்கு திரை
வளி பொரு வயங்கு பிசிர் பொங்கும்
நளி கடற் சேர்ப்பனோடு நகாஅ ஊங்கே".

என்ற பாடலில் (நற்றிணை, 299) பிசிர் என்ற சொல் இடம்பெற்றுள்ளதை அறிய முடிகிறது. "வில்லால் அடிபட்ட பஞ்சுபோல அலைகள் மேன்மேற் பிசிர்களைப் பரக்கச் செய்யுமாறு காற்று வீசுகின்ற கடற்கரைக்குத் தலைவனாகிய அச்சேர்ப்பனோடு நாம் மகிழ்ந்து கூடாத நாள் என்பது நாம் வாழ்ந்ததும் வாழாத நாள் ஆகும் என்று நாம் உறுதியாக அறிந்து கொண்டோம் அல்லவா?" என்ற பொருண்மையில் மேற்கண்ட பாடலுக்கு உரை எழுதப்பட்டுள்ளது. இங்கு பிசிர் என்பது நீர்த்திவலை, நீர்த்துளி என்ற பொருளில் புரிந்து கொள்ளப்பட்டுள்ளது. மேற்கண்ட இரண்டு நெய்தல் நிலப்பாடல்களையும் பேரிசாத்தனார் பாடியுள்ளார்.

ஐங்குறுநூறு

தலைவன் பிரிந்தபோது தலைவி ஆற்றாது வருந்தினாள். அப்போது, தோழி, தலைவர் கூறிய பருவம் வந்தது ஆதலின் அவர் வருவர் எனக்கூறி ஆற்றியிருக்குமாறு வற்புறுத்துவதாகப் பத்துப் பாடல்கள் பாடப்பட்டுள்ளன. இந்தப் பத்துப்பாடல்கள் தோழி வற்புறுத்தபத்து என்ற தலைப்பில் கீழ் அமைந்துள்ளன. இந்தப் பாடற்பகுதிகள் முல்லைநிலத்திற்குரியவை. பாடல்களைப் பாடியவர் பேயனார்.

"வான் பிசிர்க் கருவியின் பிடவு முகை தகைய
கான் பிசிர் கற்ப, கார் தொடங்கின்றே
இனையல் வாழி...."

என்ற 461 (ஐங்குறுநூறு, 461) ஆம் பாடலில் வான் பிசிர், கான் பிசிர் என்ற சொற்கள் இடம்பெற்றுள்ளன.

"தோழி வருந்தற்க! வானம் சிதறிய மழைத்துளியாலே பிடவம் அழகிய மொட்டுக்களைத் தோற்றுவிக்கவும் அம்மழையை ஏற்றுக் கொண்ட கானம் நீர்த்துளிகளை எங்கும் சிந்தவும் கார்ப்பருவம் தொடங்கிவிட்டது எனத் தோழி கார்ப்பருவ வருகையைச் சொல்கிறாள்". மேற்கண்ட பொருளிலிருந்து பிசிர் என்ற சொல்லிற்கு மழைத்துளி, நீர்த்துளி என்ற பொருளைக் கையாளுகின்றனர் உரையாசிரியர்கள். பிசிர் என்பதற்கு நுண்ணிய மழைத்துளி என்றும் பொருள் கொள்வர்.

பதிற்றுப்பத்து

பதிற்றுப்பத்து சேர மன்னர்களைப் பற்றிப் பாடப்பெற்ற புறநூல். இந்நூலில் 11,17,25,41,42,60,62,72 ஆகிய எட்டுப் பாடல்களில் பிசிர் என்ற சொல் இடம்பெற்றுள்ளதைக் காணமுடிகிறது.

குமட்டூர்க் கண்ணனார் பாடிய இரண்டாம் பத்தில் வெற்றிச் செல்வச் சிறப்பு என்ற தலைப்பிலமைந்த 11 ஆம் பாடலில்,

"வரைமருள் புணரி வான் பிசிர் உடைய"

என்ற தொடர் (பதிற்றுப்பத்து, 11) பதிவு செய்யப்பட்டுள்ளது. கடலிலே மலைபோல அலைகள் பெரியனவாய் எழுகின்றன. அவ்அலைகள் சிறுசிறு துளிகளாக உடைந்து சிதறும் வகையில் காற்றுப் பாய்ந்து அடிக்கிறது என உரை எழுதப்பட்டுள்ளது. திவலை (நீர்த்திவலை), சிறுசிறு துளிகள் என்று பிசிர் என்பதற்கு அருஞ்சொற் பொருளில் அர்த்தம் தரப்பட்டுள்ளன.

"துளங்கு பிசிர் உடைய மாக்கடல் நீக்கி
கடம்பு அறுத்து இயற்றிய வலம்படு வியன்பணை"

என்ற 17 ஆம் பாடலில் (பதிற்றுப்பத்து, 17) பிசிர் என்ற சொல் வந்துள்ளது. "அசைதலையுடைய நீர்த்துளியாகச் சிதறும்படிப் பெரிய கடலைக்கடந்து அங்குள்ள காவல் மரமாகிய கடம்ப மரத்தினை வெட்டி அம்மரத்தினால் வெற்றி பொருந்திய பெரிய முரத்தினைச் செய்தான் சேரலாதன்" என்பதாகப் பாடலுக்குப் பொருள் கொடுக்கப்பட்டுள்ளது. இங்கு, பிசிர் என்பதை நீர்த்துளி என்பர். பிசிர் என்பதற்குச் சிறுதுளி எனப் பொருள் கொள்ளுவர் உரையாசிரியர்கள்.

பாலைக் கௌதமனார் மூன்றாம் பத்தில் வென்றிச்சிறப்பு என்ற தலைப்பிலமைந்த 25 ஆம் பாடலைப் பாடியுள்ளார்.

"கடுங்கால் ஒற்றலின் சுடர் சிறந்து உருத்து
பசும் பிசிர் ஒள் அழல் ஆடிய மருங்கின்"

என்ற பாடலில் (பதிற்றுப்பத்து, 25) பிசிர் என்ற சொல் வந்துள்ளது. "கடுங்காற்று மோதி அடித்தலால் காட்டுத்தீ சுவாலை மிகுந்து தோற்றித் தீப்பொறி பறக்கப் பற்றி அழித்த இடங்களை உடையன" என்ற பொருளில் உரை எழுதுகின்றனர். இங்கு பிசிர் என்பது தீப்பொறி என்று பொருள்கொள்ளப்படுகிறது.

பரணர் பாடிய ஐந்தாம் பத்தில் வென்றிச்சிறப்பு என்ற தலைப்பிலமைந்த 41 ஆவது பாடலில்

"கால் உளைக் கடும்பிசிர் உடைய வால் உளைக்
கடும் பரிப் புரவி ஊர்ந்த நின்"

எனப் பிசிர் (பதிற்றுப்பத்து, 41) என்ற சொல் வந்துள்ளது. "செங்குட்டுவன் குதிரையைச் செலுத்தும் வேகத்தால் எழும் காற்றினால் கடலலை வருந்திச் சிறு திவலைகளாக உடைகின்றன" என உரையாசிரியர்கள் எழுதுகின்றனர். பிசிர் என்பதற்கு சிறுநீர்த்திவலை என்பது பொருள்.

"மா இருந் தெண்கடல் மலிதிரைப் பௌவத்து
வெண்தலைக் குரூஉப் பிசிர் உடைய
தண்பல வரூஉம் புணரியின் பலவே"

என்ற 42 ஆம் பாடலில் பிசிர் (பதிற்றுப்பத்து, 42) என்ற சொல் இடம்பெற்றுள்ளது.

"கடலினது மிக்க அலைகளையுடைய பரப்பில் வெள்ளிய தலையையுடைய நுரை பிசிராக உடையும்படித் தள்ளிய பலவாக வரும் அலைகளைக் காட்டிலும் பல என உரை எழுதுவர். பிசிர் என்பதற்கு நுண்ணிய திவலை என்று பொருள்.

"பொங்கு பிசிர்ப்புணரி மங்குலொடு மயங்கி
வரும் கடல் ஊதையின் பனிக்கும்
துவ்வா நறவின் சாய்இனத்தானே"

என்ற அறுபதாம் பாடலில் பிசிர் (பதிற்றுப்பத்து, 60) என்ற சொல் பதிவு செய்யப்பட்டுள்ளது. "பொங்குகின்ற பிசிரையுடைய அலைகளோடும் மேகங்களோடும் கலந்து வருகின்ற கடலினது குளிர்ந்த காற்றால் உடல் நடுங்குகின்றதற்கு இடமாயி யிருப்பதுமான உண்ணப்படாத நறவென்னும் ஊரின்கண்ணே மென்மையுடைய மகளிரிடத் தேயுள்ளான்" எனக் குறிப்பிடுவர். இந்தப் பாடலுக்குரிய அருஞ்சொற்பொருள் விளக்கத்தில் பிசிர் என்பதற்குப் பொருள் இடப்படவில்லை.

"…………………….. பசும் பிசிர் ஒள் அழல்
ஞாயிறு பல்கிய மாயமொடு சுடர் திகழ்பு"

என்ற 62 ஆம் பாடலில் பிசிர் (பதிற்றுப்பத்து, 62) என்ற சொல்லுக்கு தீப்பொறி என்று பொருள் கொடுக்கப்பட்டுள்ளது. பசிய தீப்பொறிகளையுடைய ஒளி பொருந்திய நெருப்பு (ஊழியினிறுதிக் காலத்தில்) சூரியன் பல உருவங் கொண்டது போன்ற மாயத்தோடு ஒளிதிகழப் பெற்று என்று உரை எழுதப்பட்டுள்ளது.

"பொங்கு பிசிர் நுடக்கிய செஞ்சுடர் நிகழ்வின்
மடங்கல் தீயின் அனையை"

என்ற 72 ஆம் பாடலில் (பதிற்றுப்பத்து, 72) அமைந்துள்ள அடிகளுக்கு, "பொங்குகின்ற பிசிரையுடைய வெள்ளத்தை வற்றச் செய்யும் பொருட்டு சிவந்த ஒளி திகழ்தலை உடைய வடவை என்னும் ஊழித்தீயைப் போன்றனை என்பர்" உரையாசிரியர்.

இங்கு, பொங்குபிசிர் என்பதற்கு மிக்க நீர்த்துளிகளையுடைய வெள்ளம் என்று பொருள் கொடுக்கப்பட்டுள்ளது. மேலும், பதிற்றுப்பத்தில் பிசிர என்ற சொல்லும் இடம்பெற்றுள்ளதை அறிகிறோம்.

"கொடி விடுஉ குரூஉப் புகை பிசிர"

என்ற 15 ஆம் (பதிற்றுப்பத்து, 15) பாடலிலுள்ள அடிக்கு, "படர்ந்து எறிகின்ற நிறமுடைய புகை" எனப் பொருள் விளக்கம் தரப்பட்டுள்ளமையை அறிகிறோம். இங்கு 'பிசிர' என்பதற்கு அருஞ்சொற் பொருளில் உரையாசிரியர்கள் விளக்கம் கொடுக்கவில்லை என்பது கவனத்திற்குரியவை.

"பாகர் ஏவலின் ஒண் பொறி பிசிர"

என்ற 40 ஆம் பாடலில் (பதிற்றுப்பத்து, 40) பதிவுசெய்யப்பட்டுள்ள பிசிர என்ற சொல்லுக்கு ஒளிபொருந்திய தீப்பொறிகள் என்று பொருள் அளிக்கிறார் உரையாசிரியர்.

'அவ்வில் பிசிர' (பதிற்றுப்பத்து, 50) என்ற சொற்களுக்கு 'விற்கள் அலைகளின் பிசிர் போல விளங்க' என்ற பொருள் கொடுக்கப்பட்டுள்ளது.

பரிபாடல்

பரிபாடலில் வையைப் பற்றிப் பாடியிருக்கும் 6 ஆம் பாடலில் பிசிர் என்ற சொல் உள்ளது.

"வையை உடைந்த மடை அடைத்தக் கண்ணும்
பின்னும் மலிரும் பிசிர் போல"

என்ற பாடலடிகளுக்கு, (பரிபாடல், 6) "வையையாற்றில் உடைப்பெடுத்த கரையின் மடையை

அடைத்தப் பின்னும் மீண்டும் ஒழுகும் ஊற்றுநீர் போல" என்று உரை எழுதப்பட்டுள்ளது. இப்பாடலில் இடம்பெற்றுள்ள பிசிர் என்பதற்கு ஊற்றுநீர் என்பது பொருள்.

அகநானூறு

அகநானூற்றில் 210, 250, 283 ஆகிய மூன்று பாடல்களில் பிசிர் என்ற சொல் பதிவு செய்யப்பட்டுள்ளதை அறிகிறோம்.

"விசும்பணி வில்லிற் போகிப் பசும்பிசிர்த்

திரைபயில் அழுவம் உழக்கி"

என்ற 210 ஆம் பாடலில் பிசிர் (அகநானூறு, 210) என்ற சொல்லுக்கு, "பசிய திவலைகளையுடைய அலை நெருங்கிய கடற்பரப்பைக் கலக்கி" என்ற பொருளில் உரை அமைக்கப்பட்டுள்ளது. பிசிர் என்பதை நீர்த்திவலை எனலாம்.

"மயங்கு பிசிர் மல்குதிரை யுழந்த"

என்ற 250 ஆம் பாடலில் (அகநானூறு, 250) உள்ள பாடலடி, "நெருங்கிய துளிகள் மிக்க அலைகளால் வருந்திய என்ற பொருளில்" விளக்கப்பட்டுள்ளது. பிசிர் என்பது நீர்த்துளி.

"ஊட்டுப் பஞ்சிப் பிசிர்ப் பரந்தன்ன"

என்ற 283 ஆம் பாடலடிக்கு (அகநானூறு, 283), "செந்நிறம் ஊட்டிய பஞ்சின் பிசிர் பரவியது போன்று" என விளக்கம் தரப்பட்டுள்ளதை அறியலாம்.

புறநானூறு

புறநானூற்றில் பல சொற்கள் இடம் பெற்றிருந்தாலும் பிசிர் என்ற சொல் 225 ஆம் பாடலில் பதிவு செய்யப்பட்டுள்ளது.

"கடையோர் விடுவாய்ப் பிசிரொடு, சுடுகிழங்கு நுகர"

என்ற பாடலடி, (புறநானூறு, 225) பின்செல்வோர் நீங்கிய வாயைக்கொண்ட பிசிருடனே சுடப்பட்ட கிழங்கை உண்பர் என்று உரையாசிரியர் பொருள் எழுதுவர். இங்கு பிசிர் என்பதை நாருடன் கூடிய பனங்கிழங்கு என அறியலாம்.

"தென்னம் பொருப்பன் நல் நாட்டுள்ளும்
பிசிரோன் என்ப என் உயிர் ஓம்புநனே"

என்ற 25 ஆம் பாடலில் (புறநானூறு, 215) பிசிரோன் என்ற சொல் பதிவு செய்யப்பட்டுள்ளது. பிசிர் என்னும் ஊர் தென்திசையில் பொதியின் மலையை உடைய பாண்டி நாட்டில் தொலைவில் உள்ளது. அப்பிசிர் என்ற உள்ளோனாகியவன் என் உயிரைப் பாதுகாப்பவன் என்று இந்தப் பாடலடிக்கு விளக்கம் கொடுக்கப்பட்டுள்ளது. பிசிரோன் என்பது பிசிர் என்ற ஊரினன் எனக் கோப்பெருஞ்சோழன் பிசிராந்தையாரைக் குறிப்பிடுகிறார்.

புறநானூற்றில் கோப்பெருஞ்சோழனின் தோழனாகிய பிசிராந்தையார் என்னும் பொருள் கொண்ட புலவர் பாண்டிய நாட்டில் உள்ள பிசிர் என்னும் ஊரைச் சேர்ந்தவர். ஆதன்தந்தை ஆந்தை என்று மருவி வழங்கப்பட்டிருக்கலாம் என்பர். பிசிராந்தையார் அகநானூற்றில் 308 ஆம் பாடலையும் நற்றிணையில் 91 ஆம் பாடலையும் புறநானூற்றில் 67, 184, 191, 212 ஆகிய நான்கு பாடல்களையும் பாடியுள்ளார்.

மதிப்பீடு

- சங்க இலக்கியத்தில் சொற்கள் பரவலாகக் காணப்பட்டாலும் இன்றும் சில சொற்கள் புழக்கத்தில்

உள்ளனவா? என்ற கருதுகோளை மையமாகக் கொண்டு ஓர் ஆய்வை முன்னெடுக்க வேண்டியத் தேவையிருக்கிறது.

- *சங்க இலக்கியத்தில் பதினாறு பாடல்களில் பிசிர் என்ற சொல் இடம்பெற்றுள்ளது.*
- *பிசிர், பிசிர, பிசிரோன், பிசிராந்தை ஆகிய சொற்கள் சங்கப் பாடல்களில் பதிவு செய்யப்பட்டுள்ளன.*
- *பிசிர் என்பதற்குத் துளிமழை, ஊர், நுரை, நீர்த்துளி, நீர்த்திவலை, மழைத்துளி, சிறு சிறு துளிகள், தீப்பொறி, நுண்ணியத் திவலை, மிக்க நீர்த்துளிகளையுடைய வெள்ளம், ஊற்றுநீர் எனப் பல பொருண்மைகளை உரையாசிரியர்கள் பொருள் கொண்டிருக்கின்றனர் என்பதை இக்கட்டுரையின் வாயிலாக அறியமுடிகிறது.*
- *பிசிர் என்ற சொல் சமகாலத்தில் பயன்பாட்டில் உள்ளதா? அவ்வாறு பயன்பாட்டில் இருந்தால் என்ன பொருளில் வழங்கப்படுகிறது? என்ற தேடல் அவசியத் தேவையாக இருக்கிறது.*

துணை நூல்கள் & கட்டுரைகள்

1. மாதையன்.பெ., 2007 சங்க இலக்கியச் சொல்லடைவு, முதற்பதிப்பு, பதிப்புத்துறை, தமிழ்ப்பல்கலைக்கழக வெளியீடு, தஞ்சாவூர் – 613010.

2. சோமசுந்தரனார். பொ.வே. 1974, அகநானூறு (மணிமிடைப் பவளம், நித்திலக்கோவை), முதற்பதிப்பு, தென்னிந்திய சைவசித்தாந்த நூற்பதிப்புக் கழகம், திருநெல்வேலி – 06.

3. சோமசுந்தரனார். பொ.வே. 1975, பரிபாடல் மூலமும் உரையும், முதற்பதிப்பு, தென்னிந்திய சைவசித்தாந்த நூற்பதிப்புக் கழகம், திருநெல்வேலி – 06.

4. பாலசுப்பிரமணியன். கு.வெ. (உ.ஆ.), 2004, நற்றிணை மூலமும் உரையும், முதற்பதிப்பு, நியு செஞ்சுரி புத்தக நிலையம், சென்னை – 98.

5. பாலசுப்பிரமணியன். கு.வெ. (உ.ஆ.), 2004, ஐங்குறுநூறு மூலமும் உரையும், முதற்பதிப்பு, நியு செஞ்சுரி புத்தக நிலையம், சென்னை – 98.

6. பாலசுப்பிரமணியன். கு.வெ. (உ.ஆ.), 2004, புறநானூறு மூலமும் உரையும், முதற்பதிப்பு, நியு செஞ்சுரி புத்தக நிலையம், சென்னை – 98.

7. ஆலிஸ். அ. (உ.ஆ.), 2004, பதிற்றுப்பத்து மூலமும் உரையும், முதற்பதிப்பு, நியு செஞ்சுரி புத்தக நிலையம், சென்னை – 98.

8. சிங்காரவேலு முதலியார். ஆ., 1981, அபிதான சிந்தாமணி, முதற்பதிப்பு, ஏசியன் எடுகேஷனல் சர்வீசஸ், சி - 2/15, எஸ்.டி.எ., புதுதில்லி – 110016.

9. கதிரைவேற் பிள்ளை. ந., 1981, தமிழ்மொழியகராதி, முதற்பதிப்பு, ஏசியன் எடுகேஷனல் சர்வீசஸ், சி - 2/15, எஸ்.டி.எ., புதுதில்லி – 110016.

10. Thomas Lehmann And Thomas Malten, 1993, A WORD INDEX FOR CANKAM LITERATURE, 2nd Edition, Institute Of Asian Studies, Chemmancherry, Chennai – 19, Tamilnadu, India.

6. யாஅம்

சங்க இலக்கியம் காலங்கடந்து தொடர்ந்து புதியநோக்கில் வாசிக்கப்பட்டுக் கொண்டே இருப்பதற்குக் காரணம் அதன் பாடற் பொருண்மைகள். தலைவன், தலைவி எனப் பொதுமையாகப் பாடல்கள் அமைந்துள்ளதால் சங்கக் கவிதைகள் எல்லோருக்குமானதாகக் கொண்டாடப்படுகிறது. திணையை மையமிட்டுப் பாடல்கள் தொகுக்கப்பட்டுள்ளதால் முதற், கரு, உரிப்பொருள் நோக்கிப் பாடல்களைப் புரிந்து கொள்ள முயற்சிக்கிறோம். தொகைப் பாடல்கள் இயற்றப்பட்ட காலத்தில் இருந்த இயற்கை சூழமைவுகளான மரம், செடி, கொடி போன்ற தாவரங்கள், விலங்குகள் போன்றவை பதிவு செய்யப்பட்டுள்ளன. அதனடிப்படையில் சங்க இலக்கியப் பாடல்களில் இடம்பெற்றுள்ள யாஅம் (யா மரம்) குறித்து இக்கட்டுரை விவாதிக்கிறது.

யாஅம் விளக்கம்

'யாஅம்' என்ற சொல் சங்க இலக்கியத்தில் நற்றிணையில் 186 ஆம் பாடலிலும் குறுந்தொகையில் 14, 37, 198, 307, 366 ஆகிய ஐந்து பாடல்களிலும் ஐங்குறுநூற்றில் 333 ஆம் பாடலிலும் கலித்தொகையில் 145 ஆம் பாடலிலும் அகநானூற்றில் 59 ஆம் பாடலிலும்

பரிபாடலில் 5 ஆம் பாடலிலும் என பத்துப் பாடல்களில் இடம்பெற்றுள்ளது.

'யாஅம்' என்ற சொல்லுக்கு இரு பொருள்கள் வழங்கப்படுகின்றன. ஒன்று யா மரம், இன்னொன்று யான், யாம் என்பதாகும். இருப்பினும் சங்க இலக்கியச் சொல்லடைவுகளில் 'யாஅம்' என்ற சொல் இடம்பெற்றுள்ளப் பாடல்களின் எண்ணிக்கை மட்டுமே தொகுத்தளிக்கப்பட்டுள்ளன. பொருண்மை அடிப்படையில் சொல் விளக்கம் கொடுக்கப்படவில்லை. பாடல்களில் உள்ள இந்தச் சொல்லுக்கான விளக்கத்தை உரையாசிரியர் வழியேதான் அறிந்து கொள்ள முடிகிறது.

"யா என்பது ஓர் உயிர்மெய்யெழுத்து, அஃறிணைப் படர்க்கைப் பன்மை வினா, அசைச்சொல், யா பன்னிருவர், ஒரு மரம், சந்தேகம், இல்லை, அகலம்" என விளக்கம் அளிக்கிறது மதுரைத் தமிழ்ப் பேரகராதி. *(மதுரைத் தமிழ்ப் பேரகராதி இரண்டாம் பாகம், 2004, சந்தியா பதிப்பகம், அசோக்நகர், சென்னை – 83.)*

ஓரெழுத்து ஒருமொழி மொத்தம் 42 எனக் குறிப்பிடும் நன்னூல் எழுத்ததிகாரப் பதவியல் பகுதி யா என்பதற்கு யாவை என்று பொருள் தருகிறது. *(ஆறுமுக நாவலர், நன்னூல் காண்டிகையுரை, 1991, முல்லை நிலையம் வெளியீடு, தி. நகர், சென்னை – 17.)*

யாஅம் அளபெடை எனின் அதற்கான சரியான விளக்கம் இல்லை. யாஅம் என்பது அளபெடை. படைப்பாளிகள் கவிதை எழுதுகிறபோது யா என்று தனியாகக் குறிப்பிட்டால் சீரும் தளையும் சிதையும். அதனால், அளபெடையினைப் பயன்படுத்தியிருக்கலாம் எனவும் கருதியிருக்கலாம். இது குறித்து ஆராய வேண்டியிருக்கிறது.

நற்றிணை 186 ஆவது பாலைநிலைப் பாடல் (பாடிய புலவர் பெயர் அறியப்படவில்லை) பிரிவிடை மெலிந்த தோழிக்குத் தலைவி சொல்லியதாக அமைந்துள்ளது.

தலைவன் பிரிவால் தலைவி வருந்தியதை அறிந்து தோழி மெலிகிறாள். இதைக்கண்ட தலைவி, பிறருக்கு உதவும் பேரெண்ணம் கொண்டு நன்னெஞ்சமோடு தலைவன் பொருளின் முக்கியத்துவம் அறிந்து பொருள் தேடச் சென்றான். மிக வறட்சியான அவ்வழியில் கற்களில் நீர் கசிந்து நீரூற்றில் சேரும். அந்நீரை யானை துதிக்கையால் முகந்து கொள்ளும். அச்சம் நிறைந்த அவ்வழியில் வேனிற் காலத்தில் நிறம் மாறுகின்ற ஓந்தி யா மரத்தின் மீது ஏற முடியாமல் வருந்தும். அவ்வழியே செல்லும் பாணர் தம் வருத்தம் தீர சிறிது நேரம் யாழிசைப்பர். அவ்இசைகேட்டு ஓந்தியும் வருத்தம் தீர்ந்து யா மரத்தின் மீது ஏறும். இத்தகைய வழியில் சென்ற தலைவனை நினைந்து நான் ஆற்றுவேன் என்பதாகத் தலைவி குறிப்பிடுவதை,

“கல்லூற் றீண்டல கயனற வாங்கி
யிரும்பிணர்த் தடக்கை நீட்டி நீர்நொண்டு
பெருங்கை யானை பிடியெதி ரோடுங்
கானம் வெம்பிய வறங்கூர் கடத்திடை
வேனி லோதி நிறம்பெயர் முதுபோத்துப்
பாண்யாழ் கடைய வாங்கிப் பாங்கர்
நெடுநிலை யாஅ மேறுந் தொழில
பிறர்க்கென முயலும் பேரரு ணெஞ்சமொடு
காமர் பொருட்பிணி போகிய
நாமவெங் காதலர் சென்ற வாறே“.

(நற்.பா.எ. 186)

என்ற பாடல் உணர்த்துகிறது. யா மரம் பாலை நிலம் சார்ந்தது என்ற தகவலை மேற்கண்ட பாடலில் இருந்து அறிந்து கொள்கிறோம்.

குறுந்தொகை

குறுந்தொகையில் 14, 37, 198, 307, 366 ஆகிய ஐந்து பாடல்களில் யாஅம் பற்றிய குறிப்புகள் இடம்பெற்றுள்ளன.

தோழி தலைவியைத் தலைவன் பார்க்க மறுக்கிற போது, அவன் தலைவியை மடலேறிப் பெறுவேன் என்பதாக அமைந்த 14 ஆம் பாடல் குறிஞ்சித் திணையைச் சார்ந்தது. தொல்கபிலர் இப்பாடலைப் பாடியிருக்கிறார்.

அமுதத்தின் இனிமை நிரம்பிய சிவந்த நாக்கையும் அச்சம் தருவதற்குக் காரணமாக முளைத்த கூரிய பற்களையும் சிலவாகிய சொற்களை மட்டுமே பேசுகின்ற தலைவியை யான் மடலேறிப் பெறுவேன். அவ்வாறு தலைவியைப் பெற்றபிறகு, இந்த நல்லவளுடைய கணவன் இவன் என்று இதுவரை எங்களை அறியாதவர்கள் ஊரில் உள்ள பலரும் கூறுவர். அப்போது யானும் என் தலைவியும் சிறிது பொழுது நாணமடைவோம் என்பதை,

“அமிழ்துபொதி செந்நா வஞ்சி வந்த
வார்ந்திலங்கு வையெயிற்றுச் சின்மொழி யரிவையைப்
பெறுகதி லம்ம யானே பெற்றாங்
கறிகதி லம்மவிவ் வூரே மறுகி
நல்லோள் கணவ னிவனெனப்
பல்லோர் கூறயாஅ நாணுகஞ் சிறிதே“.

(குறுந்.பா.எ.14)

என்ற இப்பாடல் உணர்த்துகிறது. பாடலின் இறுதி அடியில் அமைந்துள்ள யாஅ என்ற சொல் யாமரத்தைக் குறிப்பிடவில்லை. யான் என்ற பொருளில் விளக்கப்பட்டுள்ளது. குறிப்பாக கூறயாம், கூறுகயான், கூறுகயாம், கூறாயா அம், கூறயாஅம் என்பதன் அடிப்படையில்தான் இந்தச் சொல்லுக்கான பொருளை உரையாசிரியர்கள் அர்த்தப்படுத்த முயல்வதை குறுந்தொகை உரைவேறுபாடு நூல் குறிப்பிடுகிறது.

தலைவன் பிரிவால் ஆற்றாமையில் இருக்கும் தலைவியிடம் தோழி தலைவன் கடிதுவருவர் என்று ஆற்றுப்படுத்துவதாக அமைந்த குறுந்தொகை 37 ஆவது பாடல் பாலைத்திணையில் பாடப்பட்டுள்ளது. இப்பாடலைப்பாடியவர்பாலைபாடியபெருங்கடுங்கோ.

தலைவன் பொருள்வயிற் பிரிந்து சென்றான். அவனை நினைத்து வருந்துகின்ற தலைவியை நோக்கித் தோழி, உனது காதலனாகிய தலைவன் உன்மீது பெரும்விருப்பம் கொண்டவன். அவன் சென்ற வழியில் ஆண்யானை(களிறு) தமதுதுணையானபெண்யானையின் பசிபோக்கும் பொருட்டு யாமரத்தின் பட்டையை உரித்து அதிலுள்ள நீரைப் பெண் யானைக்கு (பிடி) ஊட்டும். இந்நிகழ்வைக் கண்டதும் தலைவன் உன்னை நினைந்து மீண்டு வருவான் என்பதை,

"நசைபெரி துடையர் நல்கலு நல்குவர்
பிடிபசி களைஇய பெருங்கை வேழ
மென்சினை யாஅம் பொளிக்கும்
மன்பின் றோழியவர் சென்ற வாறே" *(குறுந்.பா.எ. 37)*

என்ற பாடல் குறிப்பிடுகிறது. "இப்பாடலில் இடம்பெற்றுள்ள 'யாஅம் பொளிக்கும்' என்பதனை யாமரத்தைப் பிளக்கும், முறிக்கும் என்று சாம்பசிவனார்,

உ.வே.சா., சமாஜம், சண்முகம்பிள்ளை ஆகிய உரையாசிரியர்கள் விளக்கி உள்ளனர். உ.வே.சா. காலம் முதல் யாமரத்தின் பட்டையை உரிக்கும் எனும் பொருள் உரைகளில் வழக்குப் பெற்றுள்ளது. பட்டையை உரிப்பதால் அதன் நீர் பருகப் பெறுவதாக உ.வே.சா. முதலான ஒரு சிலர் குறித்திருப்பதற்குப் பாடலில் இடம் இல்லை. வழக்கு நோக்கிக் கூறினர் போலும். எனினும் சண்முகம் பிள்ளை முதலான ஒரு சிலர் நீர் பற்றிக் குறிக்கவில்லை. 'மென் கிளையை உறித்துக் கொடுக்கும்' என்ற சக்தியின் விளக்கமும் 'தோலை உரித்து' என்ற தமிழண்ணலின் விளக்கமும் மறுசிந்தனைக்கு உரியவை" என்று விளக்கம் தருகிறார் இரா. அறவேந்தன்.

தோழி தலைவனிடம் குறியிடம் பெயர்த்ததாகக் கபிலரால் பாடப்பட்ட குறிஞ்சித்திணை சார்ந்த 198 ஆம் பாடலில் யாஅம் என்ற சொல் இடம்பெற்றிருக்கிது.

தலைவன் தலைவியைப் பகலிலும் இரவிலும் காண வருகிறான். இது அறிந்த தோழி சந்தனம் மணம் கமழும் மார்பினை உடைய தலைவனே, இனி நீ இந்த இடத்திற்குத் தலைவியைக் காண வரவேண்டாம். ஏனென்றால் இங்கு என்னுடைய தாய் அடிக்கடி வந்து செல்பவள். நாங்களும் கிளி ஓட்டுதற் பொருட்டுத் தினைப்புனம் காக்கச் செல்வோம் என்பதை,

"மாஅங் கொன்ற மரஞ்சுட் டியவிற்
கரும்புமருண் முதல பைந்தாட் செந்தினை
மடப்பிடித் தடக்கை யன்ன பால்வார்பு
கரிக்குறட் டிறைஞ்சிய செறிகோட் பைங்குரற்
படுகிளி கடிகஞ் சேறு மடுபோ
ரெஃகுவிளங்கு தடக்கை மலையன் கானத்

தார நாறு மார்பினை
வாரற்க தில்ல வருகுவள் யாயே". *(குறுந்.பா.எ.198)*

என்ற பாடல் குறிப்பிடுகிறது. குறிஞ்சி நிலத்தில் தினை விதைக்கும் முன்னர் அங்குள்ள யாஅம் போன்ற மரங்களை வெட்டி அவற்றைச் சுட்டெரித்துப் பின்னர் அவ்விடத்தைப் பண்படுத்தித் தினை விதைப்பது வழக்கம் என்பதை மேற்கண்ட பாடல்வழி அறிகிறோம்.

இங்கு யாஅம் மரம் குறிஞ்சி நிலத்தைச் சார்ந்ததாகக் காட்டப்பட்டுள்ளது. குறிஞ்சி வறண்டபோது, பாலைநிலமாக அடையாளப்படுத்தியதாகக் கருதலாமா? இல்லை அது குறிஞ்சி நிலம் சார்ந்த மரமா? என்பது பற்றி ஆராய வேண்டியத் தேவையிருக்கிறது.

குறுந்தொகை 307 ஆவது பாடல் பிரிவிடைக் கடுஞ்சொல் சொல்லிய தோழிக்குக் கிழத்தி உரைத்ததாக அமைந்துள்ளது. பாலை நிலம் சார்ந்த இப்பாடலைப் பாடியவர் கடம்பனூர்ச் சாண்டில்யன் ஆவார்.

தலைவன் தலைவியை விட்டுப் பிரிந்து நெடுநாளாகிறது. தலைவி வருத்தத்தோடு இருக்க, அதுகண்ட தோழி, தலைவன் கண்டிப்பாக விரைந்து வருவான் நீ பொறுமையாகக் காத்திரு எனக் கடுமையாகச் சாடுகிறாள். அதற்குத் தலைவி, சங்கு வளையல் உடைந்ததைப் போன்ற தோற்றத்துடன் பலரும் தொழ, சிவந்த வானத்தில் மாலைநேரம் மூன்றாம்பிறை வந்து தோன்றியது. ஆண்யானை, தமது துணையாகிய பெண் யானையின் நீர் வேட்கையைத் தீர்ப்பதற்காக உயர்ந்த யா மரத்தைக் தமது கொம்பால் குத்திக் கிழிக்கிறது. மரத்தில் பசையற்ற வெண்ணிறப் பட்டையில் ஈரமின்மையால் வெறுங்கையை மட்டும் சுவைக்கிறது. துணையின் நீர்வேட்கையைத் தீர்க்க முடியாத

வருத்தத்தில் துதிக்கையை மேல்நோக்கி உயர்த்திப் பிளிறியது. நாம் அழும்படி அத்தகைய வறண்ட பாலைநில வழியில் சென்ற தலைவன் என்னை மறந்துவிட்டான் என்பதை,

“வளையுடைத் தனைய தாகிப் பலர்தொழச்
செவ்வாய் வானத் தையெனத் தோன்றி
யின்னம் பிறந்தன்று பிறையே யன்னோ
மறந்தனர் கொல்லோ தாமே களிறுதன்
னுயங்குநடை மடப்பிடி வருத்த நோனாது
நிலையுயர் யாஅத் துலையக் குத்தி
வெண்ணார் கொண்டு கைசுவைத் தண்ணாந்
தழுங்க னெஞ்சமொடு முழங்கு
மத்த நீளிடை யழப்பிரிந் தோரே“. *(குறுந்.பா.எ.307)*

என்ற பாடல் குறிப்பிடுகிறது. இப்பாடலில் யாமரத்தின் நீரின்மையை உணரமுடிகிறது. பிறை என்பதை வளர்மதியின் மூன்றாம் பிறை என்பர். பண்டைக் காலத்தில் மூன்றாம் பிறையைக் கொண்டு திங்களைக் (மாதம்) கணக்கிடும் வழக்கம் இருந்திருக்கலாம். (கன்னியர் பிறை தொழும் வழக்கம் அன்றைய மரபாக இருக்க வாய்ப்பிருக்கிறது.)

“ஆண்யானையின் செயலை விளக்குகையில் இருவேறு போக்குகள் உரைகளுக்கிடையில் காணப் பெறுகின்றன. யாமரத்தின் பட்டையைப் பெண்யானை கைக்கொள்ள ஆண்யானை வெறுங்கையைச் சுவைத்தது என்று இராகவையங்கார், நாகராசன், இராசாராம் போன்ற உரையாசிரியர்கள் விளக்கம் அளிக்கின்றனர். ஆண்யானை யாப்பட்டையை உரித்து அதன் நீரின்மையால் வெறுங்கையைச் சுவைத்தது” என்று

ஏ.வா.வில்தன் உரை குறிப்பிடுவதாக இரா. அறவேந்தன் பதிவு செய்கிறார்.

யானையின் அன்பைக் கண்டாவது என்னைக் காண வருவான் என்பதன் அடிப்படையில் பாடல் அமைந்துள்ளது. பாலைநிலம் வறண்டு நீரில்லாமல் இருக்கிறபோது யானை யா மரத்திலிருந்து நீரைப் பெற்றுக் கொள்ளும், நீர் கிடைக்காதபோது வருத்தத்தின் உச்சத்தில் பிளிறும் என்பதாகப் புரிந்து கொள்ளலாம்.

குறுந்தொகை 366 ஆவது பாடலுக்கான கூற்று, கூற்று விளக்கம், திணை, புலவர் பெயர் பற்றிய தகவல்களை அறியமுடியவில்லை. தோழி செவிலியிடம் அறத்தொடு நிற்பதாக இப்பாடல் அமைந்துள்ளது.

தலைவியின் செயல்பாடு கண்டு அவளுக்குக் காவல் மிகுதியாகின்றது. அதனால் அவள் உடல் வேறுபாடு கண்டு செவிலி தோழியிடம் கேட்க, தோழி அறத்தொடு நிற்பதாக இப்பாடல் அமைந்துள்ளது. தலைவி சிறுவயதில் சுனையில் உள்ள நீல மலரை விரும்புகிறாள். ஆனால் அந்த மலரை அவளால் பறிக்க முடியவில்லை என வருந்துகிறாள். வேறு மலர் பறிக்கலாம் என்றாலும் அவளது மனம் ஏற்கவில்லை. தலைவனிடம் அம்மலைரைப் பறித்துத் தரும்படிக் கேட்கிறாள். இத்தகைய அவள் செயல் ஊழ் விதியால் நிகழ்ந்தது. அதனை ஆய்ந்து பேச என்னிடம் என்ன உரிமை உள்ளது? அவள் செயல் குற்றமன்று என்பதை.

“பால்வரைத் தமைத்த லல்ல தவர்வயிற்
சால்பளந் தறிதற் கியாஅம் யாரோ
வெறியாள் கூறவு மமையா ளதன்றலைப்
பைங்கண் மாச்சுனைப் பல்பிணி யவிழ்ந்த

வள்ளிதழ் நீல நோக்கி யுள்ளகைப்

பொழுத கண்ண ளாகிப்

பழுதன் றம்மவிவ் வாயிழை துணிவே". *(குறுந்.பா.எ.366)*

என்ற பாடல்வழி அறியலாம். மேற்கண்ட பாடலில் உள்ள யாஅம் என்ற சொல்லிற்கு யாம், எம்மிடம் என்று பொருள் கொள்ளப்பட்டுள்ளது. பாடலில் யாஅம் சொல்லின் பொருள் மாறுபட்டுள்ளதை அறிகிறோம்.

குறுந்தொகையில் யாஅம் என்ற சொல் 5 பாடல்களில் இடம்பெற்றாலும் 2 பாடல்கள் (14,366) யாஅம் என்பதற்கு யான் என்ற பொருளைத் தருகின்றன. மூன்று பாடல்கள் யாம் என்பதற்கு யாமரம் என்று பொருள் தருகின்றன. பொருட்களஞ்சியம் சொற்கள் இடம் பெறும் பாடல்களை மட்டுமே தொகுத்துக் கொடுத்திருப்பதை உணரலாம். ஒரே சொல் வெவ்வேறு பொருள்களைத் தருகின்றன என்பதை ஆய்வின் வழி அறியமுடிகிறது.

ஐங்குறுநூறு

ஐங்குறுநூற்றில் யாஅம் என்ற சால் 333 ஆம் பாடலில் இடம்பெற்றுள்ளது. பாலை நிலம் சார்ந்த இப்பாடலைப் பாடியவர் ஓதலாந்தை.

தலைவன் பிரிவை ஆற்றாத தலைவி, தலைவன் பொருள் தேடச் சென்ற மலை பொருந்திய நல்ல நாட்டின்கண் வாழக்கூடிய பறவைகளின் பெருந் தொகுதி தலைவனை நோக்கி, அஃறிணையாகிய யாம் எமது துணையைப் பிரிந்து வாழ்வதில்லை. நீ ஏன் துணையைப் பிரிந்து செல்கிறாய் என்று அவனைப்

போகவிடாமல் தடுத்திருக்க வேண்டும். தடுத்திருந்தால் அவன் உடனே என்னைக் காண வந்திருப்பான். ஆனால் தடுக்கவில்லை ஆதலால் அந்தப் பறவைகள் வல்லமையற்றன என்பதை,

> "அம்ம வாழி, தோழி யாவதும்
> வல்லா கொல்லோ தாமே யவண
> கல்லுடை நன்னாட்டுப் புள்ளினப் பெருந்தோ
> டியாஅந் துணைபுணர்ந் துறைதும்
> யாங்குப் பிரிந்துறைதி யென்னா தவ்வே". *(ஐங்.பா.எ.333)*

என்ற பாடல் குறிப்பிடுகிறது. இந்தப் பாடல் யாஅம் என்பது யாமரத்தைக் குறித்த சொல் அல்ல என்பதை உணர்த்துகிறது.

பரிபாடல்

பரிபாடலின் ஐந்தாம் பாடல் செவ்வேள் (முருகன்) பற்றியது. பாடலைப் பாடியவர் கடுவன் இளவெயினனார். இப்பாடலின் 178 ஆவது அடியில் யாஅம் என்ற சொல் இடம்பெற்றுள்ளது.

முருகனிடம், உன்னுடைய திருவருளை விரும்பாத கயவர்களால் அடையமுடியாத உன் திருவடிநிழல் உன் அருட்குணத்தை எதிர்கொண்ட சான்றோர்களால் எளிதில் அடைய முடியும் என்பது உண்மை. தேர் உருளை போன்ற பூக்கள் கொண்ட கொத்தினை உடைய கடப்பமாலையை அணிந்த முருகப்பெருமானே, யாம் உன்னிடம் வேண்டுவன, இந்த உலகில் இன்பம் துய்க்கப் பயன்படும் பொருள்களும் உலகப் பொருள்களைத் தருவதற்குக் காரணமாக அமைகின்ற பொன்னும் (தங்கம்) அவற்றால் துய்க்கப்படும் இந்த

உலக இன்பமும் அல்ல. எங்களுக்கு வீடுபேற்றை அளிக்கும் உமது திருவருளும் திருவருள் பெற யாம் உன்னிடம் செலுத்தும் உண்மையான அன்பும் அந்த அன்பு உள்ளத்துள் தோன்றுவதற்குக் காரணமாக அமைகின்ற அறமும் போதும் என்பதை,

"நின்னிழ லன்னோ ரல்ல தின்னோர்
சேர்வா ராதலின், யாஅ மிரப்பவை
பொருளும் பொன்னும் போகமு மல்ல நின்பா
லருளு மன்பு மறனும் மூன்று
முருளிணர்க் கடம்பி னொலிதா ரோயே".

(பரி.பா.எ. 5, பா.அ.77-81)

என்ற பாடல் குறிப்பிடுகிறது. இப்பாடலில் ''யாஅம்'' என்ற சொல் யாம் என்ற பொருளில் விளக்கப்பட்டுள்ளது என்பதை அறிகிறோம்.

கலித்தொகை

கலித்தொகையில் 143 ஆம் பாடலில் 'யாஅம்' என்ற சொல் இடம் பெற்றுள்ளது. பாடலைப் பாடியவர் நல்லந்துவனார்.

நெய்தற்கலிப் பாடலில் தலைவன் வரைவை (திருமணம்) இடை வைத்துப் பிரிவு நீட்டித்த இடத்துத் தலைவி பிரிவைத் தாங்கிக் கொள்ள முடியாமல் வெட்கம் கடந்து உள்ளங் கலங்கி, பொழுதொடு புலம்பி, கூறத்தகாதவற்றையெல்லாம் கூறி அறிவு அழிந்து பேசுகிறாள். தலைவன் வந்து சேர்ந்த பிறகு கலக்கம் நீங்கித் தெளிவடைந்தாள் என்ற அறுபது அடிகள் கொண்ட பாடலில் 26 – 30 ஆவது பாடலடிகள்,

ஞாயிறு மறைவதைக் கண்டு பிரிந்தவர்களுக்கு

வருத்தம் அளிக்கும் படியாக மாந்தளிர் போன்ற நிறம் கொண்ட மாலை நேரத்திற்கு முன்னதாக, மகளிர் மாலைகள் சூடி, ஆடவர்மேல் தாம் வைத்த நலத்தைப் பாடி இன்பமடைவர். ஆச்சா மரம் தளிர்க்கும் காட்டிடைச் சென்றவர் திரும்பி வந்தால் அவர்களைப் போல யானும் மனம் மகிழ்வேன் என்பதை,

> "அழிதக மாஅந் தளிர்கொண்ட பொழுதினா னிவ்வூரார்
> தாஅந் தளிர்சூடித் தந்நலம் பாடுப
> வாஅந் தளிர்க்கு மிடைச்சென்றார் மீடரின்
> யாஅந் தளிர்க்குவெ மன்".

(கலி.பா.எ.143, பா.அ.26-30)

என்று குறிப்பிடுகிறது. இப்பாடலில் இடம்பெற்றுள்ள யாஅம் ஆச்சாமரம் என்ற பொருளைத் தருகிறது. பிற பாடல்களில் யாஅம் என்பதற்கு யா மரம் என்று உரையாசிரியர்கள் பொருள்தர, இப்பாடல் யாஅம் என்பதற்கு ஆச்சா மரம் என்று பொருள் தருவது புதுமையாக இருக்கிறது. "யா மரமே தற்போது ஆச்சா, காராச்சா எனவும் அஞ்சன் என வணிக நடைமுறையில் குறிக்கப் பெறுவதாகத் தமிழறிஞர் ப. அருளி தன்னுடைய யா நூலில் தெரிவித்திருக்கிறார்" என்ற குறிப்பை யுகபாரதி மேல்கணக்கு என்ற தமது நூலில் பதிவு செய்திருக்கிறார்.

"ஆச்சா மரம் சங்க இலக்கியம், புராண, இதிகாசங்களிலும் பதிவு செய்யப்பட்டுள்ளது. இந்தியாவிலேயே மிக வலிமையான மரங்களில் ஒன்று ஆச்சா. இம்மரத்தின் பட்டைகளைக் கொண்டு வலிமையான கயிறுகளைத் தயார் செய்திருக்கின்றனர். யானைகளைக் கட்டுவதற்கு இக்கயிறு பயன்பாட்டில் இருந்துள்ளது. பாரம்பரியமாகப் பல நூறாண்டுகளாக

நாதஸ்வரம் ஆச்சாமரத்தால் செய்யப்பட்டிருக்கிறது என்பது குறிப்பிடத்தக்கது. இம்மரத்தை யாமரம், கராச்சி மரம் என்றும் அழைப்பர். இம்மரத்தின் பூர்வீகம் இந்தியா" என ஆச்சா மரம் குறித்துத் தினம் தினம் வனம் செய்வோம் என்ற தமது நூலில் விரிவாக விளக்கியிருப்பார் பூமி ஞானசூரியன்.

அகநானூறு

அகநானூறு 59 ஆம் பாலைத்திணைப் பாடல் யாஅம் மரத்தைக் குறிப்பிடுகிறது. இப்பாடலைப் பாடியவர் மதுரை மருதனிளநாகனார்.

தலைவன் பொருள் தேடிப் பிரிந்ததால் குறித்த காலத்தில் வரமுடியவில்லை. அதனால் வருத்தமுற்றுப் பேரழகு இழந்து உடல் வேறுபட்டத் தலைவியிடம் அவர் விரைந்து வருவார் அதுவரை ஆற்றியிருக்குமாறு தோழி சொல்லியதாக இப்பாடல் அமைந்துள்ளது.

வடதிசையில் நீர்வளம் குன்றாமல் ஓடிக்கொண்டிருக்கின்ற யமுனை ஆற்றின் மலையையுடைய பெருந்துறையில் நீராடிக் கொண்டிருக்கின்ற ஆயர் பெண்கள் குளிர்ச்சி பொருந்திய தழையை உடுத்திக் கொள்வதற்காகக் குருந்தமரக் கிளையை வளையுமாறு மிதித்துத் தந்தக் கண்ணபிரான் போல, தலைவன் சென்ற வழியில் மென்மையான தலையையுடைய இளைய பெண்யானை அழகிய தளிர்களை உண்ணும்படி, ஆண்யானை ஓங்கி வளர்ந்த யா மரக்கிளையை வளைத்துத் தரும். அப்போது பெருகும் மதநீரால் நனைந்த கன்னத்தில் படியும் வண்டுகளை அந்த மரத்தின் குழையால் ஓட்டும். இக்காட்சியைக் கண்ட தலைவன் உன்னைக் காண விரைந்து வருவான் என்பதை,

"தண்கயத் தமன்ற வண்டுபடு துணைமலர்ப்
பெருந்தகை யிழந்த கண்ணினை பெரிதும்
வருந்தினை வாழியர் நீயே வடாஅது
வண்புனற் றொழுநை வார்மண லகன்றுறை
யண்டர் மகளிர் தண்டழை யுடீயர்
மரஞ்செல மிதித்த மாஅல் போலப்
புன்றலை மடப்பிடி யுணீஇய ரங்குழை
நெடுநிலை யாஅ மொற்றி நனைகவுட்
படிஞிமிறு கடியுங் களிறே தோழி". *(அகம்.பா.எ.59)*

என்ற பாடல் விளக்குகிறது. இப்பாடல் யாஅம் என்பதை மரம் என்று குறிப்பிட்டாலும் அதன் இழை, தழையையானைக்குக்கொடுப்பதாகப்பாடப்பட்டுள்ளது. பாடல் வளமான யா மரம் குறித்துப் பதிவு செய்துள்ளது.

மதிப்பீடு

- *யாஅம் என்ற சொல் சங்க இலக்கியத்தில் 10 பாடல்களில் பதிவு செய்யப்பட்டிருக்கின்றன. அவற்றுள் ஆறு பாடல்களில் மட்டுமே யாஅம் என்பது யாமரம், ஆச்சா மரம் என்னும் பொருளில் உரையாசிரியர்களால் விளக்கப்பட்டுள்ளது.*
- *மீதமுள்ள நான்கு பாடல்களில் (குறுந்.14, 366, ஐங்.333, பரி.5) இடம்பெற்றுள்ள யாஅம் என்ற சொல்லிற்கு யான், யாம் என்று உரையாசிரியர்கள் பொருள் விளக்கம் தருகின்றனர்.*
- *யாமரம் பாலை நிலம் சார்ந்தது. வறட்சியான காலகட்டத்தில் நீரை சேமித்து வைக்கும் தன்மையுடையது. ஒரே ஒரு பாடலில் (குறுந்.198) மட்டும் குறிஞ்சி நிலத்தில் இம்மரம் இருப்பதாகக் காட்சிப்படுத்தப்பட்டுள்ளது.*

- மற்றொரு பாடலில் (அகம்.59) யாஅம் என அழைக்கப்படும் ஆச்சாமரத்தின் இலை, தழைகளை யானை உணவாக உட்கொள்ளும் என்ற செய்தியும் உண்டு.
- யாமரம் வளமாகவும் நீரை சேமிக்கும் இயற்கை சூழமைவு கொண்டதாகவும் பாடல்களில் அடையாளப்படுத்தப்பட்டுள்ளமை குறிப்பிடத்தக்கது.
- யாஅம் என்ற சொல்லிற்கு விளக்கமளிப்பதில் உரையாசிரியர்களிடையே வேறுபாடு இருந்துள்ளமையை கட்டுரையின் வாயிலாக அறிந்துகொள்ள முடிகிறது.
- யாமரம் ஆச்சா மரம், காராச்சா மரம் என்ற பெயர்களில் இம்மரம் வழக்கத்தில் இருந்திருக்கிறது.
- யாஅம் என்ற சங்கச் சொல்லின் வாயிலாக ஆதிப்பூர்வகுடி மக்களின் நிலம், திணை வாழ்வியல் குறித்து அறிந்து கொள்ள முடிகிறது.

துணை நூல்கள்

1. மாதையன், பெ., 2007, சங்க இலக்கியச் சொல்லடைவு, முதற்பதிப்பு, பதிப்புத்துறை, தமிழ்ப்பல்கலைக்கழக வெளியீடு, தஞ்சாவூர் – 613010.

2. வேங்கடசாமி நாட்டார், ந.மு., வேங்கடாசலம் பிள்ளை, ரா., 1961, அகநானூறு, முதற்பதிப்பு, தென்னிந்திய சைவசித்தாந்த நூற்பதிப்புக் கழகம், திருநெல்வேலி – 06.

3. சோமசுந்தரனார், பொ.வே. 1974, அகநானூறு (மணிமிடைப் பவளம், நித்திலக்கோவை), முதற்பதிப்பு, தென்னிந்திய சைவசித்தாந்த நூற்பதிப்புக் கழகம், திருநெல்வேலி – 06.

4. சோமசுந்தரனார், பொ.வே. 1975, பரிபாடல் மூலமும் உரையும், முதற்பதிப்பு, தென்னிந்திய சைவசித்தாந்த நூற்பதிப்புக் கழகம், திருநெல்வேலி – 06.

5. பாலசுப்பிரமணியன். கு.வெ. (உ.ஆ.), 2004, நற்றிணை மூலமும் உரையும், முதற்பதிப்பு, நியுசெஞ்சுரி புத்தக நிலையம், சென்னை – 98.

6. பாலசுப்பிரமணியன் .கு.வெ. (உ.ஆ.), 2004, ஐங்குறுநூறு மூலமும் உரையும், முதற்பதிப்பு, நியு செஞ்சுரி புத்தக நிலையம், சென்னை – 98.

7. கதிரைவேற் பிள்ளை. ந., 1981, தமிழ்மொழியகராதி, முதற்பதிப்பு, ஏசியன் எடுகேஷனல் சர்வீசஸ், சி - 2/15, எஸ்.டி.எ., புதுதில்லி – 16.

8. பின்னத்தூர் நாராயணசாமி ஐயர், (உ.ஆ.), 2007, குறுந்தொகை, முதற்பதிப்பு, தென்னிந்திய சைவசித்தாந்த நூற்பதிப்புக் கழகம், திருநெல்வேலி – 06.

9. நச்சினார்க்கினியர் (உ.ஆ.), 1943, கலித்தொகை மூலமும் உரையும், முதற்பதிப்பு, தென்னிந்திய சைவசித்தாந்த நூற்பதிப்புக் கழகம், திருநெல்வேலி – 06.

10. அறவேந்தன். இரா. குறுந்தொகை உரை வேறுபாடு, 2024, முதற்பதிப்பு, நியூ செஞ்சுரி புத்தக நிலையம், சென்னை – 98.

11. யுகபாரதி, 2024, மேல்கணக்கு பத்துப்பாட்டும் எட்டுத் தொகையும், முதற்பதிப்பு, நேர்நிரை வெளியீடு, இரண்டாம் தளம், ஆழ்வார் திருநகர், சென்னை – 87.

12. பூமி ஞானசூரியன், 2021, தினம் தினம் வனம் செய்வோம், முதற்பதிப்பு, எவர்கிரீன் பப்ளிகேசன்ஸ், தெக்குப்பட்டு, திருப்பத்தூர் – 635801.

13. Thomas Lehmann And Thomas Malten, 1993, A WORD INDEX FOR CANKAM LITERATURE, 2nd Edition, Institute Of Asian Studies, Chemmancherry, Chennai – 19, Tamilnadu, India.